ஆராயி

விஜி முருகநாதன்

படைப்பு பதிப்பகம்
#8, மதுரை வீரன் நகர்
கூத்தப்பாக்கம்
கடலூர் - தமிழ்நாடு
607 002
✆94893 75575

நூல் பெயர்	:	ஆராயி (சிறுகதைகள்)
ஆசிரியர்	:	விஜி முருகநாதன்
பதிப்பு	:	முதற்பதிப்பு - 2022
பக்கங்கள்	:	158
வடிவமைப்பு	:	முகம்மது புலவர் மீரான்
அட்டைப்படம்	:	படைப்பு டிசைன் டீம்
வெளியீட்டகம்	:	இலக்கிய படைப்பு குழுமம்
அச்சிடல்	:	படைப்பு பிரைவேட் லிமிடெட், சென்னை
வெளியீடு	:	படைப்பு பதிப்பகம்
பதிப்பாளர்	:	ஜின்னா அஸ்மி
விலை	:	ரூ 150

Title	:	Aarayi (Short stories)
Author	:	Viji Muruganathan
Edition	:	First Edition - 2022
Pages	:	158
Printed by	:	Padaippu Private Limited, Chennai
Publishing Agency	:	Ilakkiya Padaippu Kuzhumam
Published by	:	Padaippu Pathippagam
Website	:	www.padaippu.com
E-mail	:	admin@padaippu.com
ISBN	:	978-93-90913-75-6
Price	:	₹ 150

சமர்ப்பணம்

என் தாயாக அன்பைக் காட்டி எனது வளர்ச்சியில் அக்கறை கொண்டு இன்று என்னை எழுத்தாளர் என்ற தகுதிக்குக் கொண்டு வந்த முன்னோடி எழுத்தாளர் திருமதி.இந்துமதி அம்மா அவர்களுக்கும்..

எப்போதும் என் நலனை விரும்பி, இந்த சிறுகதைத் தொகுப்பு வெளிவர மிகவும் ஆர்வம் காட்டி, எனது படைப்புகளை எப்போதும் ஊக்குவித்து உற்சாகப்படுத்தி வழிகாட்டியாகத் திகழும் எனதன்பு நண்பரும் பத்திரிகையாளருமான எழுத்தாளர் அமிர்தம் சூர்யா அவர்களுக்கும்..

என்னை இவ்வுலகிற்கு கொண்டுவந்த தாய் வி.ராஜாமணி அவர்களுக்கும் தந்தை நா.விஸ்வநாதன் அவர்களுக்கும், மற்றும் கணவர் சீ. முருகநாதன் அவர்களுக்கும் மகள் மு.கிருத்திகா அவர்களுக்கும்

ஆராயி • விஜி முருகநாதன்

உளமார்ந்த நன்றிக்குரிய ஆளுமைகள்

1. திரு. பிரியா கல்யாணராமன்
2. திரு. தெக்கூர் அனிதா
3. திருமதி. லோகநாயகி ராமச்சந்திரன்
4. திருமதி. ரேவதி சூர்யா
5. திரு. கார்த்திகா ராஜ்குமார்
6. திரு. எம்.பி.உதயகுமார்
7. திரு. கே.என்.சிவராமன்
8. திரு. ரமணன்
9. திரு. பொன் மூர்த்தி
10. திரு. திருப்பூர் கிருஷ்ணன்
11. திருமதி. மீனாட்சி கோவிந்தராஜன்
12. திரு. லதா ஆனந்த்
13. திரு. சுரேஷ்
14. திரு. பாலகிருஷ்ணன்
15. திருமதி. ஜி.ஏ.பிரபா
16. திருமதி. ஆர்.சுமதி
17. திருமதி. காஞ்சனா ஜெயதிலகர்
18. திரு. நாராயணி கண்ணகி
19. திரு. கமலக்கண்ணன்
20. திருமதி. லதா சரவணன்
21. திருமதி. வேதா கோபாலன்
22. திரு. ரிஷபன் சீனிவாசன்
23. திரு. கணேஷ் பாலா
24. திரு. நந்து சுந்து
25. திரு. கே.ஜி. ஜவஹர்

ஆராயி • விஜி முருகநாதன்

பதிப்புரை

ஜின்னா அஸ்மி, பதிப்பாளர்.

வாழ்வின் நீள் வெட்டுத் தோற்றத்தை சில வார்த்தைகளே செதுக்குகின்றன. வாழ்வியலின் குறுக்கு வெட்டுத் தோற்றத்தை சில வாக்கியங்களே நமக்குள் புரிதலைச் செலுத்துகின்றன. தோற்றத்திற்கும் மறைவிற்கும் இடையிலான வாழ்வெனும் மாயக் கோடுகளை சில சொற்களே நமக்குள் கோடிட்ட இடங்களாய் நின்று நிரப்புகின்றன. வாழ்க்கை என்பது ஒரு கதை, அதில் வாழ்தல் என்பது சிறுகதை. நாம் தோற்றுவிக்கும் சந்ததியினர் என்பது தொடர்கதை. நாமெல்லாம் கதைமாந்தர்கள். கதைமாந்தர்களின் காலகட்டத்தைப் பிரதிபலிப்பதே வரலாறு. அப்படிப்பட்ட வாழ்வியலின் வரையறைகளை எல்லாம் வரலாறுகளாய் ஒன்று திரட்டி உருவாக்கப் பட்டிருப்பதே 'ஆராயி' எனும் தொகுப்பு. இதில் உள்ள ஒவ்வொரு கதையும் வாசிப்பவர்களின் உணர்ந்து கொண்டதலுக்கிணங்க, வாழ்வைக் கண்கள் வழியே காட்சிப்படுத்தும் என்பதே இத்தொகுப்பின் பலம்.

ஈரோடு மாவட்டம் சென்னிமலையைப் பிறப்பிடமாகக் கொண்ட படைப்பாளி விஜி முருகநாதன் அவர்களுக்கு இது முதல் தொகுப்பு. இவர், இன்றைய இலக்கிய உலகிலும், பல பத்திரிகை இதழ்களிலும் தன் படைப்புகளால் நன்கு அறியப்பட்டவர். கல்கி, சு.சமுத்திரம் நினைவுப் பரிசு போட்டி, அமுதசுரபி, தினமணில்சிவசங்கரி மற்றும் பறம்பு மாபெரும் சிறுகதைப் போட்டிகளிலும் பரிசு பெற்று பலரது கவனத்தை தன் பக்கம் திருப்பியவர். தினத்தந்தி நாளிதழில் இவரது 'இறையருள் பெற்ற சித்தர்கள்' என்ற ஆன்மீகத் தொடர் பதினைந்து வாரங்கள் வெளிவந்து பெரிய வரவேற்பை பெற்றது என்பது குறிப்பிடத்தக்கது.

ஆராயி • விஜி முருகநாதன்

எமது படைப்பு பதிப்பகத்தின் மூலமாகத் தனது நூலை வெளியிட முன்வந்த படைப்பாளி விஜி முருகநாதன் அவர்களுக்கும், வாழ்த்துரை வழங்கிய எழுத்தாளர்.இந்திரா சௌந்தரராஜன். எழுத்தாளர் இந்துமதி, எழுத்தாளர் திரு.ராஜேஷ்குமார், எழுத்தாளர் அழகியபெரியவன் அவர்களுக்கும், முன்னுரை வழங்கிய எழுத்தாளர் பட்டுக்கோட்டை பிரபாகர் அவர்களுக்கும், அட்டைப்படம், நூல் வடிவமைத்த படைப்பாளி முகம்மது புலவர் மீரான் அவர்களுக்கும் மற்றும் இந்நூல் வெளிவர உதவிய எழுத்தாளர் திரு.அமிர்தம் சூர்யா, விஜி முருகநாதன் அவர்களின் தம்பி திரு. சரவணன் அவர்களுக்கும் மற்றும் உள்ள அனைவருக்கும் படைப்பு குழுமம் தனது நன்றியைத் தெரிவித்துக் கொள்கிறது.

வளர்வோம்...! வளர்ப்போம்..!!

படைப்பு குழுமம்.

முன்னுரை

அன்புள்ள உங்களுக்கு..

வணக்கம்.

விஜி முருகநாதன் அவர்களின் முக நூல் பதிவுகளைப் பார்த்ததில் அவரிடம் மறைந்திருக்கும் எழுத்துத் திறனையும், கற்பனை வளத்தையும் வைத்து, அவரால் கதைகள் எழுத இயலும் என்று கணித்தேன்.

இவர்கள் முனைந்தால் எழுத்தாளராகலாம் என்று நான் பெரிய பட்டியலில் பலரையும் குறிப்பிட்டு ஒரு சில பதிவுகள் போட்டிருந்தேன். அதில் இவர் பெயரும் இருந்தது. இவரின் உண்மையான ஆர்வம், இடைவிடாத முயற்சி, தீவிரமான உழைப்பு எல்லாமும் சேர்ந்து இன்று இவரை நாவல் எழுதும் அளவிற்கு உயர்த்தியிருக்கிறது.

பல சிறுகதைகளும் பல பத்திரிகைகளிலும் அச்சேற்றம் கண்டுள்ளன. இப்போது நீங்கள் கையில் ஏந்தியிருக்கும் இந்தப் புத்தகம் 'ஆராயி' இவருடைய முதல் சிறுகதைத் தொகுப்பு! பத்திரிகைகளில் வெளிவந்தபோது ஓரிரு கதைகளை மட்டுமே படித்திருக்கிறேன். இப்போது இந்த முன்னுரைக்காக மொத்தக் கதைகளையும் வாசித்தபோது இவரின் எழுத்தாற்றலில் இருக்கும் வளர்ச்சியை அடையாளம் காண முடிகிறது.

ஆராயி ● விஜி முருகநாதன்

தான் பிறந்த சென்னிமலை ஊரின் பின்னணி, அந்த ஊரில் வாழும் நெசவாளர் குடும்பங்களின் வாழ்க்கைப் பின்னணி என்று பல கதைகளில் எழுதியிருக்கிறார். உண்மையான அனுபவங்களின் பிரதிபலிப்புகளாக இடம் பெற்றிருக்கும் சம்பவ வர்ணனைகளும், நடமாடிய மனிதர்களின் பலவிதமான வாழ்க்கைப் பதிவுகளும் அந்தக் கதைகளில் சிறப்பாகவே வெளிப்பட்டிருக்கின்றன.

இந்தச் சிறுகதைகளில் பாத்திரங்களின் மன உணர்வுகள் துல்லியமாக அடிக்கோடிட்டுக் காட்டப்பட்டிருக்கின்றன. பேச்சு வழக்கில் இருக்கும் இயல்பான வசனங்கள் மற்றொரு பலம்.

சமீபத்தில் இவர் எழுதிய மணம் சிறுகதை இந்தத் தொகுப்பில் இடம் பெற்றிருக்கிறது. இந்தக் கதை வாசகர்களைக் கடந்து பல எழுத்தாளர்களையே வியந்து பாராட்டவைத்த கதை.

விஜி முருகநாதன் தனது பாத்திரங்கள் மூலமாக பிரதானமாக அன்பை விதைக்கவும், பரப்பவும் விரும்புவது கதைகளின் சிறப்பான கருக்களின் மூலம் வெளிப்படுகிறது. திருநங்கைகளின் மீதான சிநேகமான பார்வையும், பாலியல் ரீதியான பாதிப்புகளை அனுபவிக்கும் பெண்களுக்கு ஆதரவான அறம் சார்ந்த அக்கினிக் குரலும், காதலென்பது குறைகளுடன் ஏற்பதென்கிற தெளிவான செய்தியும் இவரின் நேர்மறை எண்ணங்களைக் காட்டுகின்றன.

அதே சமயம் பல கதைகளில் வருகிற ஆண்கள் பாலியல் வன்முறை செய்கிறவர்களாகவும், மனைவிக்கு துரோகம் செய்கிறவர்களாகவும், சுயநலம் கொண்டவர்களாகவும் சித்தரிக்கப்பட்டிருக்கிறார்கள். பல விதமாகவும் பாதிக்கப்படுகிற பெண்களுக்கு ஆதரவாகச் சிந்திக்கும் அதே நேரத்தில் ஆண்கள் சமுதாயமே இப்படித்தான், பெண்களை போகப் பொருள்களாக மட்டுமே கருதுகிறவர்கள் என்கிற கண்ணோட்டத்தை தன் கதைகள் மூலம் விதைத்துவிடக் கூடாது என்பது என் வேண்டுகோள். உன்னதமான, நேர்மையான நல்ல குணங்கள் கொண்ட ஆண்கள் பற்றியும் இவர் அதிகமாக கதைகள் எழுதவேண்டும் என்பது என் கோரிக்கை.

ஆராயி • விஜி முருகநாதன்

இந்தத் தொகுப்பில் இடம் பெற்றிருக்கும் பலவிதமான கதைகளில் கருத்துக்காகவும், பாத்திரப் படைப்புகளுக்காகவும் என்னைக் கவர்ந்தவை மணம், அம்மா, ஆராயி, நாகம்மா.

கதையின் அழுத்தமான முடிவுகளுக்காக கவர்ந்தவை அப்பாவின் சிநேகிதி, நானே நானா, எங்கிருந்தோ வந்தான், அமுதசுரபி ஆகிய கதைகள்.

விஜி முருகநாதன் இதேப்போல நல்ல கருத்துக்களை ஏந்திய ஏராளமான கதைகளை தொடர்ந்து எழுத.. எனது இதயப்பூர்வமான வாழ்த்துகளும், பாராட்டுக்களும்!

பிரியங்களுடன்,

பட்டுக்கோட்டை பிரபாகர்
சுட்டெரிக்கும் ஏப்ரல் மாத வெயில் நாளில்.. சென்னையிலிருந்து

ஆராயி ● விஜி முருகநாதன்

வாழ்த்துரை

இப்போது வளர்ந்து வரும் எழுத்தாளர்களில், குறிப்பாகப் பெண் எழுத்தாளர்களில் அயராத முயற்சியையயும் சலிக்காத ஓட்டத்தையும் பார்த்ததில் எனது கவனத்தைப் பெரிதும் ஈர்த்த எழுத்தாளர் விஜி முருகநாதன்.

விஜி முருகநாதன் வெற்றிக்குக் காரணம் அவருடைய இயல்பான எழுத்து நடை மட்டும் அல்ல. அந்தக்கதைகளில் வெளிப்படும் மண் வாசனையும், கதாபாத்திரங்களின் மனித வாசனையும் தான். இந்தத் தலைமுறை பெண் எழுத்தாளர்களில் இவர் அதிகமாக பேசப்படும் எழுத்தாளராக இருப்பார் என்பது என்னுடைய கணிப்பு. எனது கணிப்புகள் எப்போதும் பொய்த்துப் போனதில்லை. இதுவும் மெய்ப்படும்.

ராஜேஷ்குமார், எழுத்தாளர்

வாழ்த்துரை

விஜி முருகநாதனின் சிறுகதைத் தொகுப்பு ஒரு நல்ல சிறுகதைத் தொகுப்பு. பொதுவில் சிறுகதைகளை அச்சில் வார்ப்பதுபோல் எழுதுவது ஒரு விதம். அனுபவங்களில் இருந்து லேசாய் கற்பனை கலந்து எழுதுவது இன்னொரு விதம். வாழ்க்கையில் இருந்து சலித்தெடுக்கப்பட்ட கதைகள். நீளம், அகலம், உயரம் என எல்லாமும் இந்தக் கதைகளில் கச்சிதமாய் அமைந்துள்ளன. எழுத்தாளர் மெருகேறி வருகிறார். வாழ்த்துகள்.

இந்திரா சௌந்தரராஜன், எழுத்தாளர்

ஆராயி ● விஜி முருகநாதன்

வாழ்த்துரை

மணம் சிறுகதையைப் படித்தேன். உங்களுக்கு என் பாராட்டுகள். கதையில் சாதிய விடயங்களை துருத்தித் திணிக்கவில்லை என்பதே சிறப்பு தான். கதைப் போக்கிலேயே எல்லாவற்றையும் சொல்லி, முத்தாய்ப்பாக ஒரு மானுட அன்பைச் சொல்லியிருக்கிறீர்கள்.

மனிதருக்கு இடையில் அவரே போட்டுக் கொண்ட பிரிவினைக் கோடுகள் மட்டும் இல்லாதிருந்தால் எவ்வளவு நன்றாக இருக்கும் என வாசிப்பவரை ஒரு கணமேனும் உங்கள் கதை சிந்திக்க வைக்கும். இதுதான் உங்கள் கதையின் வெற்றி. இதைப் போன்று இன்னும் எழுதப்பட வேண்டும்.

அழகியபெரியவன், எழுத்தாளர்

ஆராயி • விஜி முருகநாதன்

வாழ்த்துரை

அற்புதமான படைப்பு. அழகான நடை. அபரிமிதமான ஆற்றல். சொல் செட்டு, சொல் கட்டு, நகாசு வேலை எதிலும் குறைவில்லை. மிக லாகவமாகக் கையாண்டிருக்கிறார். கயிற்றின் மீது நடக்கிற வித்தை கற்றுக்கொண்டு விட்டார். கழைக் கூத்தாடியின் திறமை தெரிகிறது. தலைப்பு உட்பட எனக்கென்னவோ என்னைக் கண்ணாடியில் பார்த்துக் கொண்ட மாதிரி இருக்கிறது. விஜி, உனக்கு வசப்பட்டு விட்டது. நீ தொட்டு விட்டாய்.

இந்துமதி, எழுத்தாளர்

ஆராயி ● விஜி முருகநாதன்

என்னுரை

“வாழ்க்கையில் சில ‘ஏன்’ என்ற கேள்விக்களுக்கு விடையே கிடைப்பதில்லை” அப்படித்தான் நான் எழுத வந்ததும்..

ஈரோடு மாவட்டம் சென்னிமலை என்னும் சிற்றூரில் பிறந்தவள் நான். சிறு வயதில் இருந்தே வாசிப்பதையே மிகப்பெரிய விருப்பமாகக் கொண்டிருந்தேன். காரணம் எனது தாயும், தந்தையும். இருவருமே புத்தகப் பிரியர்கள். எங்கள் வீட்டில் இரண்டு பெரிய மரப்பெட்டிகள் நிறைய புத்தகங்களை சேகரித்து வைத்திருந்தனர். அதிலிருந்த புத்தகங்களே என்னை எழுத வைக்கும் முதல் குருமார்களாக அமைந்தன. எழுத்தாளராக வர வேண்டும் என்று எந்த ஆவலும் என் மனதில் எழவில்லை.. ஐந்து வருடங்களுக்கு முன் முதன்முதலாக முகநூலில் ஒரு பக்கக் கதை ஒன்றை எழுதினேன். அது நன்றாக இருந்ததாக தோழமைகள் பாராட்டவே, குமுதம் இதழுக்கு முதன்முதலாக ஒருபக்கக் கதை ஒன்றை அனுப்பினேன். அது பிரசுரமாகவே தொடர்ந்து எழுத ஆரம்பித்தேன். குமுதம், கல்கி, ராணி, கோகுலம் என்று கதைகள், குறுநாவல் மற்றும் நாவல்கள் பிரசுரமாயின. அதை தொடர்ந்து...

ஆராயி • விஜி முருகநாதன்

கல்கி, அமுதசுரபி, சு.சமுத்திரம், அ.முத்துராமலிங்கம் மற்றும் அனந்தநாரயணன் நினைவு சிறுகதை போட்டிகளிலும் , மற்றும் தினமணி சிவசங்கரி சிறுகதைப்போட்டி, பறம்பு தமிழ்ச்சங்கம் நடத்திய மாபெரும் சிறுகதைப் போட்டிகளிலும் கலந்து கொண்டு பரிசுகள் பல பெற்றுள்ளேன். தொடர்ந்து தினத்தந்தி நாளிதழில்'இறையருள் பெற்ற பெண் சித்தர்கள்' என்ற ஆன்மீகத்தொடர் பதினைந்து வாரங்கள் வெளிவந்து நல்ல வரவேற்பைப் பெற்றது. அதற்காக, தினத்தந்தி ஆன்மீக பகுதி ஆசிரியர் திரு.ஜெயவேல் முருகன் அவர்களுக்கும் எனது உளமார்ந்த நன்றியினை உரித்தாக்குக்கிறேன்.

எனது கதைகள் எப்போதும் மனிதம் பேசுபவை. என்னைச் சுற்றியுள்ள எளிய மனிதர்களும், நான் சிறு வயதில் சந்தித்த சம்பவங்களுமே எனது கதைக் கருவாகவும், கதாப்பாத்திரங்களுமாகவும் வலம் வருகின்றன.

என்ன என்ற கேள்விக்கோ, உன் அடுத்த இலக்கு என்ன என்ற கேள்விக்கோ என்னிடம் பதில் இல்லை. எழுதுவது என்னை உற்சாகப்படுத்துகிறது. என்னைப் புதுப்பிக்கிறது. வாழ்வதற்கான அர்த்தமாகத் தெரிகிறது. ஒரு வகையில் சமூகத்திடமிருந்து பெற்றதை மீண்டும் சமூகத்துக்கே திருப்பி அளிப்பதாகத் தோன்றுகிறது. என்னை உயிர்ப்போடு வைத்திருக்கிறது. இதுவும் ஒரு சமூக சேவைதான் என்று நம்புவதால் எழுதுகிறேன், எழுதிக்கொண்டே இருப்பேன். இதைத் தவிர வேறு ஏதும் தெரியாது..

இந்தச் சிறுகதை தொகுப்பில் இருக்கும் அத்தனை கதைகளுமே மனிதாபிமானத்தை மையமாகக் கொண்டு உண்மையும், சிறிது கற்பனையும் கொண்ட சுவராஸ்யமான படைப்புகளாக இருக்கும் என்பது மட்டும் உத்திரவாதம்.

எனக்காக தன் மதிப்பு மிக்க நேரத்தைச் செலவு செய்து இந்தப் புத்தகத்திற்கு முன்னுரை வழங்கிய எழுத்தாளர் திரு.பட்டுக்கோட்டை பிரபாகர் அவர்களுக்கும், வாழ்த்துரை வழங்கிய எழுத்தாளர்கள் திருமதி . இந்துமதி, திரு.இந்திரா சௌந்தரராஜன், திரு.ராஜேஷ்குமார், திரு.அழகிய பெரியவன்

ஆராயி • விஜி முருகநாதன்

அவர்களுக்கும் எனது அன்பும் நன்றியும். இத்துடன், ராணி குழுமத்தின் பொறுப்பாசிரியர் மறைந்த திரு.ராமகிருஷ்ணன் அவர்களை நன்றியுடன் நினைவு கூறுகிறேன்.

இந்த நூலை மிக செம்மையாக கொண்டு வந்திருக்கும் என் வாழ்வின் ஆவணமாக மாற்றியிருக்கும் படைப்பு குழுமத்திற்கும் அதன் நிறுவனர் திரு. ஜின்னா அவர்களுக்கும் என் நன்றிகள்.

நான் சுயம்பு அல்ல. எழுத வந்ததிலிருந்து, இன்று வரை என்னை மேம்படுத்தி மேலே கொண்டு வந்த கைகளான நண்பர்கள், தோழிகள் என அனைவருக்கும் எனது பேரன்பு. குறிப்பாக..

திருமதி.விமலா சகாதேவன்
திருமதி. மருத்துவர் ரேவதி மணிபாலன்
திருமதி.மருத்துவர் ரோகிணி கிருஷ்ணா
திருமதி.கவிதா ஹரிஹரன்

திரு. சுமி.ரத்தினம்
திரு. ஆழி.சத்தியன்
திரு.ஆர்ஜே.கோபாலன்
திரு.சந்தோஷ் ஈஸ்வரமூர்த்தி
திரு.பொன். இளங்கோ
திரு.பொன்.பார்த்திபன்
திரு நாகராஜ் K.N.Infotech... ஆகியோர்க்கும்

எனதன்பு உறவினர்கள்

இந்தப் புத்தகம் வெளிவர மிகவும் உதவியாகவும் எப்போதும் உறுதுணையாகவும் விளங்கும் என் தம்பி.வி.சரவணன்.

மாமா.மருத்துவர்.திரு.சீ.சுப்பராயன்
திரு.கே.என்.குமார்
திருமதி.மாலா சுந்தர்
திருமதி.சாந்தி ராஜேந்திரன்

ஆராயி • விஜி முருகநாதன்

வாசகிகள்
திருமதி.அனுராதா ஆனந்தன்
திருமதி.புஷ்பாமனோகரன்
திருமதி.ரமணி நந்தகுமார்
திருமதி.எஸ்.கலைவாணி

மதிப்பிற்குரிய ஆசிரியர்கள் திருமதி.ஆர்.பிரபாவதி
திரு.ராமச்சந்திரன் ஆகியோர்க்கும்,

மதிப்பிற்குரிய எங்களது குடும்ப மருத்துவர் திரு. வி.வேணுகோபால் அவர்களுக்கும், மதிப்பிற்குரிய சகோதரர் அரசு பாலிடெக்னிக் கல்லூரி முன்னாள் கல்லூரி முதல்வர், திரு. A.R.அரங்கராஜு அவர்களுக்கும், இந்தத் தருணத்தில் நெஞ்சார்ந்த நன்றியை இதில் பதிவு செய்வதில் பெருமிதமாக மகிழ்வாக உணர்கிறேன்.

நண்பர்களே.. நூலை வாசித்து விட்டு வரும் உங்கள் மேலான விமர்சன கருத்துக்களுக்காகவும் காத்திருக்கிறேன்.. நன்றிகளுடன்

வாழ்க வையகம்.. வாழ்க தமிழுடன் !

என்றும் அன்புடன்

உங்கள் விஜி முருகநாதன்.

ஆராயி • விஜி முருகநாதன்

பொருளடக்கம்

1. ஆராயி	-	19
2. நிறம்	-	33
3. மணம்	-	42
4. நாகம்மா	-	52
5. எங்கிருந்தோ வந்தான்	-	60
6. ஒத்துக்காதே.. மரியாதை போயிரும்	-	68
7. நானே நானா	-	76
8. பெண்மை வெல்க என்று கூத்திடடி	-	81
9. அம்மா	-	90
10. மீனு *	-	99
11. அப்பாவின் ஸ்னேகிதி	-	106
12. ‘இட்லி’ அத்தையும் ‘ங்கோ’ மாமாவும் *	-	113
13. சீதா	-	123
14. ஒவ்வொரு பூக்களுமே *	-	131
15. அமுதசுரபி *	-	140

1. ஆராயி

மூன்று நாட்களாக வீடு கனத்துக் கிடந்தது.. ஒருவரும் கலகலப்பாகப் பேசிக் கொள்ளவில்லை. ஆராயியும் அப்படித்தான் மௌனமாகவே சுற்றிக் கொண்டிருந்தாள். ஆனால் அதையும் தாண்டிய சந்தோஷம் கண்ணில் மின்னியது..

பின்னே.. அவ மதராஸுக்கு அல்ல போறா..

அவளுக்கு பிறந்த வீடு.. புகுந்த வீடு எல்லாம் அதே ஊர்தான்.. மீறிப் போனா குதிரை வண்டியில நெசவாளர்கள் காலனியில் இருக்கும் தம்பி வீட்டுக்குப் போய்ட்டு வருவா.. அங்கேயும் அவளுக்கு இருப்புக் கொள்ளாது.. என்னவோ நெருப்பு மீது உங்காத்துட்டு இருக்கற மாதிரி ஓடி வந்துருவா..

"ஆராயி.. இப்பத்தானே வந்தே.. அதுக்குள்ள கௌம்பற.. வண்டிச் சத்தத்துக்கு கூடக் கட்டாது.."

"ஆமா அண்ணி.. அதென்ன எப்ப வந்தாலும் காப்பித்தண்ணி குடிச்சுபுட்டு ஓடறது.. ஒரு நாத் தங்கிட்டு நாளைக்குத்தான் போங்களேன்.."

.."ராத் தங்கறதா.. சீனு முழிச்சுட்டனா உடனே நா வேணும் அவனுக்கு.. அம்மா எங்கேன்னுதான் மொதல்ல கேப்பான்.. கண்ணு முன்னாடி இல்லாட்டி கோபப்பட்டு கத்துவான்.."

இப்படி ஆராயி சொல்ற சீனு என்கின்ற சீனிவாசனுக்கு கிட்டத்தட்ட ஐம்பது வயசாகப் போகிறது.. நான்கு வயது வந்த குழந்தைகளுக்கு அப்பா..

ஆராயி • விஜி முருகநாதன்

ஆராயியோட புருஷன் இரண்டு மகன்களையும், ஒரு மகளையும் கொடுத்து விட்டு சின்ன வயதிலேயே காலமாகி விட்டார்..

அப்போது இருபது வயதுதான் அவளுக்கு.. கடைசி பெண் குழந்தைக்கு நான்கு வயது.. இருந்தாலும் தளர்ந்து போகாம சமாளிச்சா.. கூடவே மாமியார் கிழவியும் இருந்தால் நல்லாவே பாடுபட்டா.. தறி ஓட்டுவா.. பாவு புனைவா.. கூழம் பொறுக்கி விற்பா.. எப்படியோ கஷ்டமான கஷ்டப்பட்டு குழந்தைகள வளர்த்தா.. மூத்தவன் தலையெடுக்க கொஞ்சம் ஆசுவாசப்படுத்திகிட்டா..

மூத்தவன் அம்மா போன அதே தறி ஓட்டற வேலைக்குத்தான் போனான்.. எல்லா கொழந்தைங்க மேலேயும் பிரியம்னாலும் மூத்த மகன் மேல ஒரு இணுக்கு பாசம் ஜாஸ்தி.. அதுவும் இத்தூணுண்டு கஷ்டப்படுதுன்னு ராவானா படுக்க வச்சுட்டு கால அமுத்திக் கொடுக்கறது.. கைய அமுத்திக் கொடுக்கறதுன்னுதான் கெடப்பா.. அவனும் அவ மேல ரொம்பப் பிரியமாத்தான் இருந்தான்.

இருபத்தி மூணு வயசிலேயே மூத்த மகனுக்கு பொண்ணுப் பாக்க ஆரம்பிச்சுட்டா.. “அம்மா..எனக்கென்னமா அவசரம் தங்கச்சிக்கு மொதல்ல கண்ணலாம் பண்ணலாம். தம்பி படிப்பு முடியட்டும் னு சீனு தள்ளிப் போட்டுட்டே வந்தான். ஆனாலும் அடுத்த வருசமே சொந்ததிலேயே மீனாட்சிய கேட்டு வர உள்ளூரு நல்ல பையன்னு முடிச்சுட்டா ஆராயி. அடுத்த வருஷமே ஒரே பிடிவாதமா பொன்னம்மாவ கொண்டாந்துட்டா ஆராயி.

ஆரம்பத்துல மாமியார் மெச்சின மருமகளாத்தான் இருந்தா பொன்னம்மாவும்.. அப்புறம் அவளுக்கு ரெண்டு கொழந்தைங்க பொறக்கவும் மாமியாரான ஆராயி கூட மல்லுக்கட்ட ஆரம்பிச்சுட்டா.. எல்லா வீட்டிலேயும் இருக்கற ..”எனக்குத்தான் சொந்தம்ங்கற..”சண்டதான் அங்கேயும்..

சீனு வீட்டிலேயே சொந்தத்திலேயே தறி போடற அளவுக்கு முன்னுக்கு வந்துட்டான். அதனால ஆராயிக்கு முன்னப் போல பெரிசான வேலை எதுவும் இல்லைங்கறதுனால, தம்மருமக செய்யற வேலைல குத்தம் கண்டு பிடிக்க ஆரம்பிச்சா..

முதல்ல அம்மா சொல்றதக் கேட்டு பொண்டாட்டிய திட்டுன சீனு நாள் போகப்போக ரெண்டு பேரரையும் சேர்த்து ..''நீங்களெல்லாம் பொம்பளைங்கதானா..''ன்னு திட்ட ஆரம்பிக்கவே ரெண்டு பேரும் அவம் முன்னாடி சண்டப் போட மாட்டாங்க..

சீனு வீட்டுக் கழிப்பறைல ஒதுங்க மாட்டான். தெனமும் வேப்பமரக்குச்சிய வாயில வைச்சுகிட்டு சொம்பத் தூக்கிட்டு மலையடிவாரம் போயிருவான். அப்ப ஆரம்பிக்கும் மாமியா மருமக சண்டை..''ஏண்டி பொன்னா என்ன கொழம்பு வெக்கறன்னு'' மெதுவா சமையல் உள்ள போவா ஆராயி.

“தக்காளிக் கொழம்பு தான் அத்தே..''ம்பா பொன்னம்மா..

..''ஏண்டி.. உனக்கு இந்தத் தக்காளிக் கொழம்ப வுட்டா வேற தெரியாதா..?.. உங்கம்மாக்காரி வேற எதையுமே சொல்லிக் கொடுக்கலையான்னு ..''

“இதே.. என்ன வெக்கணும்னு சொல்றதோட நிறுத்தணும்.. அதவுட்டுப்புட்டு எங்கம்மாக்காரிய எதாவது சொன்னாத் தெரியும் சேதி..''

இப்படி ஆரம்பிக்கற சண்ட “பழிகாரி..சண்டாளி..''ங்கற கெட்ட வார்த்தை வரைக்கும் தொடரும்.. ஆனா அதெல்லாம் சீனுவோட செருப்பு சத்தம் நடைவாசல்ல கேக்கற வரைக்கும் தான்.. சத்தம் கேட்டுதோ இல்லையோ..ரெண்டு பேரும் பூனைக்குட்டியாட்டம் பதுங்கிருவாங்க..

அப்படியும் சீனுவுக்கு சத்தம் கேட்டுரும்..''வீட்டுப் பொம்பளைங்களாட்டவா பேசறீங்க..''ன்னு திட்டுகிட்டே வருவான்..

ஆராயி • விஜி முருகநாதன்

ஆராயி நாள் போகப்போக பெரிய மருமவ கூட சண்டை போட்டு அலுத்துப் போச்சு.

பொன்னாம்மாவும் நாலு கொழந்தைங்க வரிசையாப் பொறக்கவும் ரொம்ப நைந்து போயிட்டா.. கெழவி இல்லாம ஒண்ணும் முடியாதுங்கறதுனால அடக்கி வாசிக்க ஆரம்பிச்சிட்டா..

சீனுக்கு பார்த்த மாதிரி சின்னப் பையன் முத்துவுக்கு பார்க்க முடியாதுன்னு படிச்ச பொண்ணா பார்க்க ஆரம்பிச்சா ஆராயி. சீனு எப்படியோ திக்கித் திணறி அவனை பட்டப்படிப்பு படிக்க வச்சுட்டான். அவனும் நல்லபடியா படிச்சான். பெரிய மனுசங்க கைல காலுல வுழுந்து தம்பிக்கு கவர்மெண்ட் வேலையும் வாங்கிக் கொடுத்துட்டான்.. அங்க தான் புடிச்சது சனி.

வேலைக்குப் போயி கொஞ்ச நாள்லேயே..

..”அம்மா.. அண்ணா.. நான் கூட வேல செய்யற பொண்ண விரும்பறேன்” ன்னு வந்து நின்னான்.

..”நாங்க பாக்கறத விட நீயா பாத்துக்கறதுதான் தோதுப்படும்..னு தான் பெருந்தன்மையா சீனுவும் சொன்னான்..

ஆராயிக்கு மனசுக்குள்ள விருப்பம் இல்லைன்னாலும் சீனுகிட்ட இருந்த பயத்துனால எதுவும் சொல்லல.

“யார்டா பொண்ணு.. அப்பனாத்தா என்ன பண்றாங்கன்னு ?!”னு விசாரிச்சான் சீனு.

“ஒரே பொண்ணு தாண்ணா..அப்பா மளிகை வியாபாரம் ..”ன்னான் முத்து..

“நம்ம சனத்துல யார்டா மளிகைக்கடை வச்சுருக்கவம்னு..”சீனு யோசிக்கத் தொடங்கவும்தான் ..

ஆராயி • விஜி முருகநாதன்

. "ண்ணா..அவங்க நம்மாளுங்க இல்லை.. வேத்து ஜாதி.."

ஆராயிக்கு வந்ததே கோபம்.. அந்தக் கோபத்துல சீனு இருங்கறாங்கறது கூட மறந்து போச்சு அவளுக்கு..

.."எம் பொணத்த தாண்டித்தான் நீ கண்ணாலம் கட்ட முடியும்.."னு கத்த ஆரம்பிச்சா..

"என்ன தம்பி இப்படிச் சொல்றீங்க .. எம் பொறந்த வூட்டு சனத்துக்கு தெரிஞ்சா காறித் துப்புவாங்க"ன்னா பொன்னம்மா..

ஆராயி கத்தறதோ பொன்னம்மா சொன்னதோ காதுல வுழுகாத அளவுக்கு திக் பிரமை பிடிச்சு நின்னான் சீனுவும்..

",யார் என்ன சொன்னாலும், செஞ்சாலும் நாங் கட்டப் போறது அவளத்தான்னு.."தீர்மானமா நின்னான் முத்துவும்.

கொஞ்ச நேரம் பிரமித்தி பிடிச்சாப்பல நின்னாலும் சீனு சுதாரிச்சுகிட்டு .."சரிடா..உம் விருப்பம் போலவே கட்டி வச்சுர்ரேன்னு.."சொல்லிட்டான்..

மறுபடி கத்த ஆரம்பிச்ச ஆராயி கிட்ட.."நீ மூணு கொழந்தைகள வச்சுகிட்டு நாதியத்து நின்னப்ப எந்த ஊர்க்காரன் காப்பாத்துன்னான்?" னு ஒரே வார்த்தையா சொல்லி அடக்கிட்டான் .

அதேபோல பொண்ணு வூட்ல போயிப் பேசி பத்திரிக்கை அடிச்சு அடுத்த அப்பசிலேயே கண்ணலாமும் பண்ணி வச்சுட்டான்.. சீனுக்கு பயந்து, எதாவது சொன்னா நம்ம பரம்பரையையே இழுப்பான் சீனுப்பயன்னு, ஊர்காரங்களும் ஒண்ணும் பேசாம வட பாயாசத்தோட விருந்து சாப்பிட்டு வாழ்த்திட்டுப் போயிட்டாங்க..

ஆனா பாவம் ஆராயினாலதான் இந்த மருமவ கூட மல்லுக்கட்டவே முடியலை. ஆராயிய மட்டுமல்ல.. புகுந்த வீட்டுச் சனத்தையே மனுஷங்களாகவே மதிக்கல. சாவித்திரி.. அதான் புதுசா வந்தவ பேரு..

ஆராயி • விஜி முருகநாதன்

முத்துவும் ..”சாவி..சாவி..ன்னு.. அவ பின்னாடியே பூட்டுத் திறக்கறவனாட்ட போயிட்டே இருந்தான்

மொதல்ல ஈரோட்டுல தனிக்குடித்தனம் இருந்தான். கண்ணாலம் ஆகி மொத ராத்திரிக்கு ஆராயி வூட்டுக்கு வந்தவதான் அதுக்கப்புறம் திரும்பிக் கூடப் பார்க்கல சாவித்திரி..

முத்து மட்டும் எப்பனாச்சும் வந்து தலையக் காட்டிட்டுப் போவான்..”ஏண்டா ஒருதரந்தான் உம் பொண்டாட்டியக் கூட்டிட்டு வந்தா என்னன்னு..”,மொனகுவா..

“அவளுக்கு எங்கம்மா லீவே கெடைக்க மாட்டேங்குது..”ன்னு மோட்டுவளையப் பார்த்துகிட்டே சொல்லிட்டு ஒரு வா காப்பித்தண்ணியக் குடிச்சுபுட்டு கெளம்பிருவான்..

மனசு அடிச்சுகிட்டாலும் தம்பிய வுட்டே கொடுக்க மாட்டான் சீனு...”ஏண்டா தம்பி இப்புடி எளச்சுக் கெடக்கற..”ன்னு தான் வருத்தப்படுவான் .

..”ஆமா..அழிச்சா ரெண்டு ஊரூ செய்யலாம் எளச்சுக் கெடக்கானாம்..எளச்சு.. நல்லா மாமானார் வூட்டு சோத்த தின்னுபுட்டு செனப்பன்னியாட்ட இருக்கான்..”,ன்னு மனசுக்குள் திட்டினாலும் வெளியே வாயே தெறக்க மாட்டா ஆராயி.

அப்பம்தான் கொஞ்ச நா கழிச்சு..”அண்ணா எனக்கு மெட்ராஸுக்கு மாத்தலாயிடுச்சுன்னு..”வந்து நின்னான் முத்து..

“ஏண்டா தம்பி இத்தன நாளு எதோ கூப்பிட தொலவுல இருந்தேன்னு மனச சமாதனப்படுத்திட்டிருந்தேன்.. இப்பத் தொலதூரம் போறங்கறியே..?!”னு துடிச்சுப் போயி சொன்னான் சீனு..

“தொலதூரம் என்னண்ணா..?! ராவுக்கு ரயிலேறினா விடியல்ல கொண்டாந்து வுட்டுர்ரான்..”

ஆராயி • விஜி முருகநாதன்

“ஏண்டா.. உம் பொண்டாட்டியும் வர்றாளா..?! இல்ல அப்பனுட்டோதானா..?!”ன்னா ஆராயி சீனு பக்கம் திரும்பாம..

..”அவ இல்லாம எப்படிமா..? சோத்துக்கென்ன பண்றது..?”

அத்தெந்தொலவு போறப்ப கூட ஒரு வார்த்தை மாமியாக்காரிகிட்ட சொல்லணும் னு தோணல பாரு எம் மருமவளுக்கு..”ன்னு ஆராயி பொலம்பினா..

“சரிம்மா.. நாள கழிச்சு மறுநா கெளம்போறோம்னு..”சொல்லிட்டு நூறு ரூபாய் நோட்ட எடுத்து . “வச்சுக்கம்மா..”ன்னு நீட்டினான் முத்து..

“எனக்கெதுக்கடா ரூபாயெல்லாம்.. அதான் காலத்துக்கும் கஞ்சி ஊத்த உங்கண்ணன் இருக்கானே..”சுருக்குன்னு சொல்லிட்டா ஆராயி.

“சரிண்ணா.. மீனாட்சிகிட்ட போறப்ப அப்படியே சொல்லிக்கிறேன்..”

“ஆமா .. தங்கச்சின்னு ஒரு வெள்ளிப்பணம் கொடுக்கலைன்னாலும் பவிசுக்கொன்னும் கொறச்சலில்லை..”ன்னு. முணுமுணுத்தா ஆராயி.

“போய்க் சௌகரியத்துக்கு கடுதாசி போடுறா தம்பி..”ன்னான் சீனு கண்ணுல வந்த கண்ணீர அடக்கிட்டே..

போய்ச் சேந்தேன்னு ஒரு கடுதாசி போட்டதுதான் அதுக்கப்புறம் மூணுமாசமாகியும் முத்துகிட்ட இருந்து ஒரு தகவலும் இல்ல..

மூணு மாசமாகி ஒரு நா அந்தி சாயற நேரம் வாசல்ல வந்து நின்ன தம்பியப் பார்த்து..”டேய் தம்பி..முத்து..”னு ஓடிப்போய் கட்டிகிட்டான் சீனு..

ஆராயி • விஜி முருகநாதன்

என்னதான் ஒவ்வாமை மனசுக்குள்ள இருந்தாலும் மகங் பாசம் போகாம ..”ஏண்டா.. எப்படி இருக்க..இப்பத்தான் வந்தியா..”ன்னா ஆராயியும் ...

”சித்தப்பு.. சித்தப்பு..”ன்னு பசங்களும் கெடந்து குதிக்குதுங்க..

“எப்படி இருக்கீங்கன்னு..”வாங்கிட்டு பிஸ்கோத்த கொழந்தைங்க கையில கொடுத்துட்டு நாசூக்கா ஒதுங்கி நிக்கறான் முத்து..

“எந் தம்பி..எதாச்சும் விசேஷமுண்டுங்களா..?!”ன்னு இழுக்கறா பொன்னம்மா..

முந்தான முடிச்சுல வுருவாஞ்சுருக்கா போட்டு வச்சுருக்கற வெத்தலையையும் கொட்டப் பாக்கையும் மெல்லத் தொடங்கின ஆராயி கூட அத நிறுத்திட்டுப் பாக்கறா..

“ஆமாண்ணி.. மூணு மாசமா முழுகாம இருக்கறா..”ன்னு நெலத்தப் பார்த்துட்டே சொல்றான் முத்து..

ஓடிப் போய் ஒரு தட்டுல ல சக்கரய வச்சு , ஸ்பூனப் போட்டு “சந்தோஷந் தம்பி..”ன்னு நீட்டுனா பொன்னம்மா..

“டேய்..தம்பி கொலம் விருத்தியாயிருச்சுடான்னு..”சொல்லிட்டே சக்கரய தம்பி வாயில எடுத்துப் போட்டான் சீனு.

ஆனா ஆராயி மட்டும் எதுஞ் சொல்லாம தம் பாட்டுக்கு வெத்தலைய மென்னுகிட்டு இருக்கறா..

“அண்ணா.. அவளுக்குத் தாளல.. ஒரே வாந்தி.. தல சுத்தல்.. அதான்....”என்றவன் எதையோ முழிங்கின வெள்ளாடட்டம் முழிச்சிகிட்டே..”அம்மாவ ஒரு மூணுமாசம் உதவிக்கு அனுப்பி வச்சீங்கன்னா..”ன்னு மென்னு முழுங்கறான்..

ஆராயி • விஜி முருகநாதன்

"ஏனாம் அவ ஆத்தாக்காரிக்கு என்னவாம்.." ங்கறா சத்தமா ஆராயி..

"மளிகைக்கடையப் பாக்க ஆளு வேணுமாம்மா.."

"அதுக்கென்ன தம்பி.. அழச்சுட்டுப் போ.. எங்களுக்கு அம்மா இல்லைன்னா கஷ்டமாத்தான் இருக்கும்.. அதுக்குன்னு ஒரு ஒதவி ஒத்தாசைக்கு மனுசங்க இல்லாம என்ன பண்றது..?!"

"மூணு மாசமா . ஒருநாக்கூட வர மாட்டேன்.."ன்னு வெடுக்குங்கறா ஆராயி.

"ஏம்மா..நம்ம கொலத்து வாரிச வயத்துல சொமக்கறா..நாமலே ஒத்தாசைக்கு போகலேன்னா எப்படி..?.."

."அதெல்லாம் எனக்குத் தோதுப்படாதுடா சீனு.."ன்னு மறுபடி முறுக்கறா ஆராயி.

"சரி..மூணு மாசம் வேண்டாம்.. ஒரு மாசம் போயி இரு..அப்புறம் தோதா ஆளு அமைஞ்சதுன்னா அவங்க பாத்துக்கறாங்க.."

"ஆமாம்மா .வாம்மா.. நா நான் நல்லாப் பாத்துக்கறேன்.."ன்னான் அதுவரை வாய் மூடியா இருந்த முத்து..

"சரி..வாரேன்.. ஆனா எதாவது குத்தங்குறை இருந்துச்சுன்னா அடுத்த ரெயில் ஏறிருவேன்.."

"சரிண்ணா இன்னும் நாலுநாளைல கிளம்பிருவோம். அவ ஈரோட்டுல தான் இருக்குறா.."ன்னு சொல்லிட்டு கெளம்பிட்டான்..

முத்து வந்துட்டுப் போன மூணுநாளா வூடு வொறக்கம் புடிச்சுக் கெடந்தது..

மருமவ கூட எப்படியோ.. பேரக் கொழந்தைங்க ன்னா

உசுரு ஆராயிக்கு.. அதுகளும்..”ஆத்தா..ஆத்தா..”ன்னுட்டு கூடவே கெடக்குங்க..

வாரந்தவறாம கருக்கல்ல எழுந்து பெரிய அண்டா நெறையா சுடுதண்ணி காய வெச்சுருவா..படி நல்லெண்ய்ய மிளகு போட்டுக் காச்சி எல்லாத்து தலையிலையும் .”தப்தப்புன்னு..”அடிச்சு ஊற விடுவா.. ஊறினப்புறம் கண்ணு எரிய எரிய சீகக்காய் தேச்சு குளிச்சுவிடுவா.. பஞ்சாப் பறக்கும் தல.. ஐஞ்சாவது கொழந்தயா சீனுவுக்கும் தேச்சு வுட்டு..”ஏய்..பொன்னா.. கண்ணெல்லாம் பொங்கிக் கெடக்கு.. நீயும் தேச்சுக் குளி.. “ன்னு சொல்லிட்டு “இன்னைக்கு ராத்திரிக்கு வெளில புள்ளைங்க கூடப்படு..”ம்பா ..மத்த நேரத்துல எப்படியோ..

கேட்க கேட்க குளிர்ந்துதான் போகும் பொன்னம்மாவுக்கு.. இப்ப அத்தே மூணு மாசம் இருக்க மாட்டான்னு மனசு சங்கடப்பட்டாலும் நாலு பெத்து எறக்குன கஷ்டந் தெரிஞ்சவகறதுனால அடக்கிக்கறா.. அப்பவும் மனசு கனத்துத்தான் போகுது அவளுக்கும்.. கண்ணுல துளிச்சு துளிச்சு அடங்குச்சு இருபது வருஷ பந்தம்..

சொல்லிட்டானே ஒழிய சீனுவுக்கும் .. அம்மா இல்லாத வீட்ட நெனச்சுப் பார்க்கவே புடிக்காம மருகி மருகி சுத்தி வர்றான்..

மத்த நாளெல்லாம் சமையல பொன்னமாட்ட வுட்டுட்டாலும் ஞாயித்துக் கெழம மட்டும். மீனோ கோழியோ தங்கையில வச்சுத்தராம ஆறாது ஆராயிக்கு.. அதையெல்லாம் நெனச்சு அடிக்கடி பெருமூச்சு வுட்டுக்கறான்..

மொதல்ல ஆராயி கொஞ்சம் மருண்டாலும் அடிக்கொருதரம் அக்கம்பக்கம் வீட்டு கொமரிலேர்ந்து கெழவி வரைக்கும்..”என்ன ஆராயி ..பட்டணம் போறியாமில்ல..”ன்னு கேட்டதுல கொஞ்சம் கொஞ்சமா சந்தோஷமாயிட்டா..

“ஆமாண்டி…போனா எப்ப வருவனோ தெரியல..இப்பமே

ஆராயி • விஜி முருகநாதன்

எதாச்சும் கேக்கணும்னா கேட்டு வாங்கி வச்சுங்க..”ன்னா பெருமிப்புடன்..

கை வைத்தியத்திலேர்ந்து கொழம்பு வக்கற வரைக்கும் அந்த ஊருக்கே ஆராயி பக்குவந்தான்..

பேரக்கொழந்தைங்க நாலுந்தான்..”ஆத்தா..போயிட்டு நாளைக்கு ரவைக்கு வந்துருவியான்னு..”கேட்டுகிட்டே இருந்துச்சுங்க..

பால்குடி மறந்துலேர்ந்து ஒவ்வொண்ணையும் அவதான் மார்லேயும் தோள்லேயும் போட்டு வளர்த்தினா.. மளுக்குங்கற கண்ணத் தொடச்சுகிட்டு..”வந்துருவன் கண்ணுங்களா..ரகள பண்ணாம வெளையாடணும்..அப்புறம் உங்கம்மா விசிறிக் காம்புலேயே விளாசிருவா..”

அடுத்த நாள் வர்றப்பவே சீனு ஆறுமுகங்கடைல எட்டுகசம் ரெண்டு எடுத்தாந்துட்டான்

“அங்கே சீதோஷணம் எப்படி இருக்கோ..மழ கிழ வந்துண்ணா ..அதான் எடுத்தாந்தேன்..”

“ஆமாடா..வெயில்ல தல மேல காயற ஊரு ..அது..சரி போ..இல்லைன்னா உந் தம்பி ஒரு சேல கூட எடுத்துதார மாட்டானா..?!

“எதுக்கு தம்பிக்கு செரமம்.. அதுவுமில்லாம உனக்கு ஆறுமுகங்கட சீலதான்..”

அப்படி இப்படின்னு பொறப்படற நாளும் வந்துருச்சு.. கூட்டிப் போக வர்ற கொளுந்தனுக்கு கோழியாக்கி வச்சிருந்தா பொன்னம்மா..

பொறப்படற சோகமோ, பதட்டமோ சோத்துல மோர ஊத்திக் ரெண்டு டம்ளரக் குடிச்சுபுட்டு கம்முனு இருந்தா ஆராயி.

ஆராயி • விஜி முருகநாதன்

மூணு மணிக்கு ரெயிலு.. ஒரு மணி பஸ்ஸில கௌம்பணும்..”ஏந்தம்பி..நா வேணா ரயிலடிக்கு வரட்டுமா..?!”

“இல்லண்ணா.. எதுக்கு வேண்டாம்..”

பொறப்படறப்ப அப்பதான் பொறந்த கொழந்தையாட்டம் எல்லாத்து மூஞ்சியையும் பாக்குறா ஆராயி.

“பாத்துப் போயிட்டு வாங்கங்கறா..”பொன்னம்மா..

“அப்பப்ப வந்து பாத்துக்க.. அண்ணி தடுமாறுவான்னு..”சொல்றா அனுப்பிச்சு கொடுக்க வந்த மீனாட்சிகிட்ட..

கொழந்தைங்க தலய தடவிக் கொடுத்தவ .. சீனுகிட்ட மட்டும் எதுவும் சொல்லாம தலையாட்டிட்டே நடக்கறா.. பஸ்ஸுல ஏர்றவரைக்கும் கூடவே போனாங்க எல்லோரும்..

கண்ணு மறைய வரைக்கும் எட்டி எட்டி பார்த்துகிட்டே போனா ஆராயியும்..

பஸ் ஏத்திட்டு வந்து ..”ஓ..”ன்னு அழறான்..சீனு..

“என்னணா..இது..?அம்மா எங்க போயிட்டா..”ன்னு தேத்தறா..மீனாட்சி..

அதுக்கப்புறம் யாருக்குமே எதுவும் ஓடல.”..அப்பா.. இந்நேரம் ஆத்தா ரயிலேறிருக்குமா..”ன்னு கேட்டுட்டே இருந்துச்சுங்க கொழந்தைங்க நாலும்..

மனசு பாரத்த கோயில்லயாச்சும் இறக்கி வைப்போம்னு சீனு மெல்ல எழுந்திருச்சு துண்ட தோள்ல போடறான்.. வெளிவாச நடையில அரவங் கேக்குது.. யார் னு எட்டிப் பாக்கக் கூடத் தோணல.. யாரா இருந்தாலும் உள்ளதானே வரணும்னு ஒரு மெதப்பு..

ஆராயி • விஜி முருகநாதன்

அப்பத்தான் ..”ஆத்தா வந்துட்டியா..”குதிச்சுகிட்டு ஓடுதுங்க கொழந்தைங்க எல்லாம்..

..”ஆத்தாவா..?! என்ன சொல்லுதுங்கன்னு.. பரபரன்னு எட்டிப் பார்க்கறான் சீனு .

ஆராயி தான்.. மெதுவா நடந்து வர்றா..

“என்னம்மா.. என்ன ஆச்சு.. ஊருக்குப் போகலியா..இந்நேரம் ரயில்ல போயிட்டிருப்பேன்ல நெனைச்சுகிட்டு இருக்கேன்னு..”பதர்றான் சீனு..

கையிலிருந்த துணிப்பையை திண்ணையில வச்சவ கண்ணுலேர்ந்து தண்ணி மால மாலயா கொட்டுது..

எல்லோரும் பதறிப்போய் சுத்தி நிக்கறாங்க..

சின்னமவன் ஆராயிய நேரா ரயிலடிக்குத்தான் கூட்டிட்டுப் போயிருக்கான். அவம் பொண்டாட்டிய அவங்கப்பன் கொண்டாந்து விட்டுருக்கான்.. ரயில் கிளம்ப முக்கா மணிநேரம் இருந்துச்சு.. சாவித்திரி ஆராயியப் பாத்தவுடனே சிரிக்கற மாதிரி பாதி உதட்ட விரிச்சுக் காண்பிச்சுருக்கா.. அவ்வளவுதான் வேற பேச்சுல்ல..

ஆராயியும் தம் போக்குல போற வாற சனத்த வேடிக்கை பார்த்துகிட்டே உக்கார்ந்துருக்கிறா.. அப்பத்தான் ஒரு ஆளு அன்னாசி பழத்த வித்துகிட்டு வந்துருக்கான்..

சாவித்திரி ..”எனக்கு வாங்கித் தாங்க..”ன்னு முத்துகிட்ட கேட்டுருக்கா..”மாசமா இருக்கறப்ப அதுலயும் இன்னும் மூணுமாசங் கூட ஆகாம இருக்கறவ அன்னாசிப்பழம் சாப்பிடக்கூடாது ன்னு ஆராயி தடுத்துருக்கறா..”

முத்துவும் ..”அம்மா சொல்றதக் கேளு..”ன்னு சொல்லிருக்கான்.. அவ்வளவு தான் சாவித்திரி க்கு பயங்கர

கோபம் வந்துருச்சு..”இதெல்லாம் மூட நம்பிக்கை.. எனக்கு வாங்கித் தரப் போறீங்களா இல்லையான்னு ..?!”சத்தம் போட அவங்கப்பனும் ..”அதானாலென்ன மாப்ளே.. நான் வேணாப் போய் வாங்கிட்டு வர்ரேன்னு..”சொல்லிருக்கார்..

உடனே ஆராயி..” மூத்தவரா புத்தி சொல்லாம மகளுக்கு கூடச் சேர்ந்து பேசறியான்னு..”சத்தம் போட்டுருக்கா..

“எங்கப்பாவ சொல்ல நீங்க யாருன்னு..?!”சொல்லி சாவித்திரியும் சத்தம் போட ஒண்ணுக்கொன்னு ரசபாசமா ஆகிருச்சு..

கடசில ..”உங்கம்மா வந்தா நா ரயிலேற மாட்டேன்னு தீர்க்கமா சொல்லிப்புட்டாளாம் சாவித்திரி..”

“என்னால உங்களுக்குள்ள எதுக்குப்பா ரகள என்னைய ஊருக்குப் போற பஸ்ஸுல வச்சுவுடு.. நான் போய் இறங்கிக்குவேன்னு சொல்லிருக்கா..”

நல்ல வேளை ரயிலடிக்கு எதிர்த்தாத்புலதான் பஸ் நிக்கற ஸ்டாப்ங்கறதுனால கண்டக்டர்கிட்டச் சொல்லி உக்கார வச்சுட்டுப் போனானாம் முத்து..”

விவரத்த சொல்லிப்புட்டு மீண்டும் அழ ஆரம்பிச்சா ஆராயி. அவளத் தவிர அவளத் சுத்தி நின்னுகிட்டு இருந்த பேரக்கொழந்தைங்க, பொன்னம்மா, சீனு எல்லோரும் நிம்மதியோடு சிரிக்க ஆரம்பிக்கிறாங்க.!.

ஆராயி • விஜி முருகநாதன்

2 . நிறம்

கையில் கிண்ணத்துடன் அறைக்குள் வந்த ஜானுவைப் பார்த்தவுடனேயே விஷயம் விளங்கி விட்டது விஜிக்கு..

கிண்ணத்தை அவள் முன் வைத்தவள்..”க்கா.. இந்தப் பழக்கூழ் கலவையை ஒருமாதம் விடாமல் பூசி வந்தா நல்ல கலர் வருமாம்.. என் ஃப்ரண்ட் காவ்யா தான் சொன்னா.. நீயும் போட்டுகிட்டே வா.. அப்புறம் பாரு..! மின்னலடிக்கும் ரின் வெண்மையை.. டொட்ட.. டொட்டயிங்க்..” என்று சிரித்தவள் ..

தன் சிரிப்பின் எதிரொலியாக ஒரு மென்நகையோ, “ஊம்” கொட்டலோ இல்லாதது உறுத்தவே..

சரிக்கா..! பூசிகிட்டு நல்லா காய்ஞ்சப்புறம் வாஷ் பண்ணிக்க.. நான் படிக்கணும் என்றபடியே நடந்தாள்..

தன் முன்னே இருந்த கிண்ணத்தையே பார்த்தவளுக்கு அப்படியே எடுத்து வீசி எறியலாம் போல் அழுகையும், ஆத்திரமும் வந்தது..

எதிரே இருந்த டிரெஸ்ஸிங் டேபிள் கண்ணாடியில் அவள் உருவம் தெரிந்தது. பெண்களின் சராசரி உயரத்தை விட கொஞ்சம் அதிக உயரம்.. கடைந்தெடுத்தாற் போல் உடலமைப்பு.. அளவெடுத்தாற் போன்ற மூக்கும், காதோடிய கண்களும் என்று எல்லாமே நன்றாகத்தான் இருந்தன..

நிறம்.. பாழாய் போன நிறம் தான்.. கறுப்பாகப் போய் விட்டது.. தொட்டால் ஒட்டிக் கொள்ளும் அட்டைக் கறுப்பாக.. பார்த்தவுடன் .. ஐய்யோ கறுப்பு என்று ஒதுக்கும்

ஆராயி • விஜி முருகநாதன்

நிறமாக.. அவளின் அத்தனை நிறைகளையும் ஒன்றுமில்லாமல் செய்வதாய்.. செய்வதோடு மட்டும் அல்லாமல் இளக்காரமாக பேச வைப்பதாய்..

ஆனால் அவர்கள் குடும்பத்தில் அவள் அம்மா, அப்பா,அவளுக்குப் பின் பிறந்த ஜானு, யமுனா என்று எல்லோரும் நல்ல சிகப்பு நிறம் தான்.. ஏனோ அவள் மட்டுமே கடவுள் படைப்பின் விசித்திரமாய்..

ஏன் நான் மட்டும் இந்த நிறத்தில் பிறந்தேன்..?என்று அவள் ஆற்றாமையுடன் புலம்பும் போதெல்லாம்.. “அதென்னடியோம்மா..! எங்க குடும்பத்தில் யாரும் நிறம் கம்மி இல்லை.. உங்கப்பா வகையறாவுலதான் அப்படி இரண்டு மூணு பேர்.. ஏன் செத்துப்போன, உங்க அத்தபாட்டி கூட நல்ல கறுப்பு தான் “ன்னு சொல்லிக் கேள்விப்பட்டுருக்கேன்.. என்று சமாதனப்படுத்துவாள்.. அம்மா விசாலம்..

என்ன சமாதனப்படுத்தி என்ன..?! எங்கே போனாலும் எதோ விதத்தில் அவள் நிறம்தான் முன்னால் வரும்.. அதுவும் துணிக்கடைக்குப் போய் விட்டால் யமுன, ஜானுவைப் பார்த்து விட்டால் “உங்களுக்கு கலர் சாய்ஸே பார்க்க வேண்டாம்மா.. எல்லா நிறமும் எடுக்கும் என்று எடுத்து எடுத்துப் போடுவார்கள்.. காண்பிப்பார்கள்..

அதே இவள் போய் நன்றாக இருக்கிறதென்று கறுப்போ அல்லது வேறு டார்க் கலரோ எடுத்து சும்மா பார்த்தால் கூட...”ம்மா.. அது உங்களுக்கு எடுக்காதும்மா..”

“க்கா.. அந்தக் கலருக்கும் உங் கலருக்கும் வித்தியாசமே தெரியாது..” என்று கொலைக்குற்றம் செய்து விட்ட தினுசில் பதறுவார்கள்..

இவர்கள் செய்யும் அலப்பறையில் வெறுத்துப் போய் எதாவது ஒரு கலரை எடுத்தால்.. அதற்கும் ..”உன் ரசனையே ரசனைக்கா..”என்று கிண்டலடிப்பார்கள்..

ஆராயி • விஜி முருகநாதன்

இவள் பதில் சொல்ல பேச மாட்டாள். மனதுக்குள் "எனக்குத்தான் எதுவுமே எடுக்காதே..! எது கட்டினாலும் உங்களப் போல ' பளீர்' ன்னா இருக்கப் போறேன்.. எதா இருந்தா என்ன..?".. என்று பொறுமுவாள்..

அவள் கறுப்பாய் பிறந்தது கூட தப்பில்லை.. அவர்கள் சமூகத்தில் பிறந்ததுதான் தப்பு. எங்கோ வடக்கில் இருந்து வந்த இராஜ வம்சத்தைச் சேர்ந்தவர்கள்.. ஒன்று போல எல்லோரும் சிகப்பு நிறம்தான். .கறுப்பு என்றோ மாநிறம் என்றோ யாரையுமே பார்க்க முடியாது..

அதனாலேயே அவர்கள் குடும்பங்கள் நடத்தும் எந்த விசேஷங்களுக்கும் விஜி போகமாட்டாள்.. எதோ வினோத ஜந்துவை பார்ப்பது போல எல்லோரும் அவளையே உற்றுப் பார்ப்பார்கள்..

முதலில் இவர்கள் சமூகம் நடத்தும் ஸ்கூலில் படித்தவள்.. வாத்தியார்கள் கூட "கறுப்பி"என்று கூப்பிடவே வேறு ஸ்கூலுக்கு மாற்றிக் கொண்டாள்.. அதனால் தான் டிகிரியே முடிக்க முடிந்தது..

எங்காவது தங்கைகளுடன் சேர்ந்து போனாலும் பின்னால் தொடர்ந்து வரும் இளவட்டங்கள்.."டேய்.. என்னா கலரு.. என்னா கலரு.. இரண்டும் பச்சக்கிளிதாண்டா..

"கூட இருக்கறதுயாரு.. திருஷ்டிப் பொட்டாட்டமா..?..

வேலைக்காரியா இருக்குண்டா கண்ணுப்படாம இருக்கணுமில்ல.. ....?!"..

"சும்மா சொல்லக் கூடாதுடா வேலைக்காரி கறுப்பா இருந்தாலும் களையாவே இருக்கடா.." என்று சிரிப்பார்கள்..

அப்படியே பூமி பிளந்து உள்ளே போய் விட மாட்டாமா..? என்றிருக்கும் அவளுக்கு..

ஆராயி • விஜி முருகநாதன்

என்னதான் கோபமும் ஆற்றாமையும் இருந்தாலும் அப்பா பொன்னம்பலத்தை நினைத்தால் பாவமாக இருக்கும் அவளுக்கு.. ரிட்டையர்டு தாசில்தார் அவர்..

எதோ கொஞ்சம் பூர்வீக சொத்து இருப்பதால் மூன்று பெண் பிள்ளைகளுக்கும் கல்யாணம் செய்து வைக்க பணப்பற்றாக்குறை இல்லை..

அவள் நிறம்தான் பிரச்சனையாக இருந்தது.. இரண்டு ஆண்டு இடைவெளியில் மூன்று பெண்பிள்ளைகள் .. இவளுக்கு முடிந்தால்தான் அடுத்தடுத்து இரண்டு பேரையும் கரைசேர்த்து சீர் செனத்தி, வளைகாப்பு, பிள்ளைப்பேறு என்று அவர் தம் கடமையை முடிக்க முடியும்..

ஒவ்வொரு மாப்பிள்ளை வந்து விட்டுப் போகும் போதும் ஒவ்வொரு அழகுக் குறிப்பு சாமான்கள் அவள் முன் வந்து உட்காரும்..

முதலில் எல்லாம் இதில் அவ்வளவு ஆர்வம் காட்டாத அம்மா கூட வரன் தகையாத ஏக்கத்தில் இப்போதெல்லாம் ..”ஏண்டி...!ஜானு,யமுனா..! புத்தகத்தில ,செல்லுல பார்த்து எதாவது விஜிக்கு பண்ணித் தாங்களேன் ..நிறம் கொஞ்சம் வெளுக்குமுல்ல..!என்று சொல்ல ஆரம்பித்து விட்டாள்.

போததற்கு ..”பாசிப்பருப்பு மாவும், மஞ்சளும் கலந்து பூசுடி..!இந்தா பால் ஏடு படுக்கறதுக்கு முன்னாடி மூஞ்சில பூசிட்டுப் படு” ..என்பாள்.

“ஏம்மா..! எதுக்கு என்னை எறும்பு கடிச்சி வைக்கவா..? என்று கிண்டலாகச் சொன்னாலும் எதையும் செய்யத் தவறுவதில்லை இதுவரை..

பாசிப்பயறும், விரலி மஞ்சளும் கலந்து காய்வதைப் பார்த்து வேலைக்காரி மங்கம்மா கூட “ம்மா..!கூட ரோசாப்பூ மொக்கு, ஆரஞ்சுப் பழத் தோலு எல்லாம் கூட கலந்து போடு..! இன்னும் நெறங் கொடுக்கும்..”

ஆராயி • விஜி முருகநாதன்

“விஜிக்கென்னமா.. கறுப்பா இருந்தாலும் எவ்வளவு களையா இருக்கு..உங்க ஜனத்துல தான் நெறம் நெறமுனுட்டு..எங்க சாதில இதெல்லாம் பார்க்க மாட்டாங்க.. நல்ல பொண்ணா,குடும்பத்துக்கு அடங்கினவளான்னு மட்டுந்தான் பார்ப்பாங்க..” என்பாள்..

“என்னமோ.. போ..!”என்று பெருமூச்சு விடுவாள் அம்மா..

“நான் எப்படி இருந்தா உங்களுக்கென்ன..அவுங்கவுங்க வேலையைப் பார்த்துகிட்டு போங்களேன்..!”என்றெல்லாம் கத்தத் தோன்றினாலும் அடக்கிக் கொண்டு போய்விடுவாள்..

இதுவரை பார்த்து விட்டுப் போன பத்து மாப்பிள்ளைகளும் ...”பையன் கொஞ்சம் கலரு பாருங்க.. அதான் தயங்கறான்..!”என்பார்கள்..

ஓரிரண்டு பேர் மூத்த பெண்ணுக்கு முடிச்சுட்டு இளையவளுக்கு பார்க்கிறப்ப சொல்லி விடுங்களேன்..! என்பார்கள் நாசூக்காக..

“ஏண்டா.. கறுப்புன்னு தெரிஞ்சுதானே பாக்க வந்தீங்க..” என்று அழுகை குமுறிக் கொண்டு வரும்.. அவளுக்கு..

வெறுத்துப் போய்..”ப்பா..முதல்ல ஜானுவுக்கு பாருங்களேன் ..”என்று கூட சொல்லிப் பார்த்தாள்..

“ஊஹூம்..!அந்தப் பேச்சே கூடாதும்மா.. முதல்ல ஜானு, அப்பறம் யமுனா..ன்னு அப்படியே உங் கல்யாணம் நின்னு போயிறும்..”என்று விடுவார் கண்டிப்பாக..

அவர் சொல்வது ஒரு பக்கம் நியாயமாகத் தெரிந்தாலும் விஜிக்கென்னமா அப்போதும் அவள் நிறத்தை மட்டந் தட்டுவது போல்தான் தோன்றும்..

அன்று வந்த தரகரைப் பார்த்ததும் “ஐய்யோ” என்றிருந்தது அவளுக்கு..

வாயெல்லாம் பல்லாக "வாங்க.. வாங்க.." என்று வரவேற்றார் பொன்னம்பலம்..

அதற்குத் தகுந்தாற்போல் அவரும் .. "ஒரு அருமையான வரன் வந்திருக்கு.."பையன் உங்க இனம்தான்.. நல்லாப் படிச்சிருக்கான்.. குணமும் நல்ல குணம்.. அப்பா, அம்மாவெல்லாம் சின்ன வயசுலேயே போய்ட்டாங்க.. ஒண்ணு விட்ட பெரியப்பா, பெரியம்மா தான் ஆதரவு.. பிக்கல் பிடுங்கல் ஒண்ணுமில்லை.. ரொம்ப காலத்துக்கு முன்னாடியே சென்னைல செட்டில் ஆயிட்டாங்க..

ஆனா..என்ன..?! சினிமாவுல உதவி டைரக்டரா இருக்கான்.. எதோ சீரியலுக்குக் கூட வசனமெல்லாம் எழுதறான்.. சினிமாவில இருக்கறதுனால யாரும் பொண்ணுக் கொடுக்க யோசனை பண்றாங்க.. அப்புறம் உங்க அபிப்பிராயம் தான்.."என்றார்..

"நீங்க எங்களுக்கு வெறும் தரகர் மட்டுமா.. எத்தனை வருஷப்பழக்கம்.. நீங்க சொன்னா சரிதான்.. எப்ப பொண்ணு பார்க்க வர்றாங்கன்னு கேட்டு சொல்லுங்க.."

" அதுல பாருங்க..! பையன் எப்பவும் ஷூட்டிங், ஷீட்டிங் ன்னு போய்கிட்டே இருக்கறதுனால முதல்ல பொண்ணு போட்டோவ அனுப்புங்க.."ஜாதகம் பத்தியெல்லாம் கவலை இல்லை ன்னுட்டானாம்.."

"உங்ககிட்ட தான் விஜியோட போட்டோ இருக்கே ..அதையே அனுப்பிருங்க.."

"அது வந்துங்க..நானும் பாப்பாவோட நிறம் பத்திக் கோடி காட்டி இருக்கேன்.. இருந்தாலும் இப்ப இருக்கற போட்டோ வீட்டில் செல் போன்ல எடுத்ததால பொண்ணு ரொம்ப நெறங் கம்மியாத் தெரியுது..அதான் வரன் எல்லாம் தட்டிப் போகுது..நீங்க கொஞ்சம் மேக்கப், கீக்கப் போட்டு ஸ்டுடியோவுக்கு கூட்டிப் போய் லைட்டெல்லாம் போட்டு எடுத்தா அருமையா இருக்குங்கறது என்னோட அபிப்பிராயம்.. தப்பா நினைச்சுக்காதீங்க..போட்டோ ரெடியானப்புறம் போன்

ஆராயி • விஜி முருகநாதன்

பண்ணுங்க.. அனுப்பி வச்சுரலாம்.. அப்ப நான் வரட்டா.."என்று மூச்சு விடாமல் பேசியபடி கிளம்பினார்..

உள்ளறையில் நின்று கேட்டுக் கொண்டிருந்த விஜிக்கு..நெஞ்சு "ஹோ"வென்றது..

தரகரை வழியனுப்பி விட்டு உள்ளே வந்த பொன்னம்பலம்.."விசாலம்..விசாலம் "..என்று உள்ளே திரும்பி மனைவியைக் கூப்பிட்டார்..

"என்னங்க.. என்ன விஷயம்..?தரகர் வந்துட்டுப் போனார் போல.."என்றவளிடம்..

"சொல்றேன்.. ஜானு..யமுனா..எல்லாம் எங்கே ?என்றார்..

உள்ளதாங்க இருக்காங்க.. என்று சொல்லி வாய் மூடுவதற்குள் அவர்களும் வந்து விடவே தரகர் சொன்னதைச் சொல்லி..

"என்ன பண்ணுவீங்களோ..?இன்னும் ஒரு வாரத்துக்குள்ள விஜியை கொஞ்சம் "பளிச்"ன்னு ஆக்கி போட்டோ பிடிச்சு மாப்பிள்ளைப் பையனுக்கு அனுப்பறாப்புடி பண்ணிடுங்க.."என்றவர்

"என்னப்பனே..ஈசா..எம்பெருமானே.."என்றபடி சாய்வு நாற்காலியில் உட்கார்ந்து கண்ணை மூடிக்கொண்டார்..

முடியாது.. நான் அப்படி எல்லாம் பண்ணிக்க மாட்டேன்.. என்று கத்த நினைத்தவள் அவர் முகத்தில் இருந்த வேதனையைப் பார்த்து வாயை மூடிக் கொண்டாள். மனதையும் தான்..

அன்றிலிருந்து இந்த ஒரு வாரமாக யமுனாவும் ,ஜானவும் தினமும் எதையாவது ஒன்றை மூஞ்சியில் பூசிக் கொள்ளச் சொல்லிக் கொடுத்து விடுவார்கள்.. அவர்கள் என்ன சொன்னாலும் இயந்திரம் போல செய்யத் தொடங்கி விட்டாள் விஜி..

ஆராயி • விஜி முருகநாதன்

ஒரு வாரம் கழித்து அன்று ஸ்டுடியோ போகலாம் என்று தீர்மானித்து மேக்கப் போட்டு விட ஆரம்பித்தார்கள்..ஜானுவும்,யமுனாவும்..

“ரொம்ப அப்பிராதீங்கடி..அப்புறம் அதுவே காமிச்சுக் கொடுத்துரும்..”என்றாள் விசாலம்..

“அதெல்லாம் நாங்க பாத்துக்கிறோம்..என்றவர்கள் செய்து முடித்தவுடன் கண்ணாடியில் பார்த்தவளுக்கு தன் கண்ணையே நம்ப முடியவில்லை..

ஓடி வந்து திருஷ்டி கழித்தாள் விசாலம்..”என் கண்ணே பட்டுரும் போலிருக்கே..ராசாத்தி..!”..

ஸ்டியோவுக்குப் போய் போட்டோகிராபர் திரும்பச் சொன்ன விதத்தில் திரும்பி போஸ் கொடுத்து விதவிதமாக எடுத்தார்கள்..

“கொஞ்சம் சீக்கிரம்பா..! மாப்பிள்ளை வீட்டுக்கு அனுப்பனும்..!”

“சரிங்க சார்.. கொடுத்திர்ரேன்..”என்றவர் அடுத்த நாள் மாலையே கொடுத்து விட்டார்..

அற்புதமாக இருந்தது போட்டோ..கல்யாணமே முடிந்து விட்டது போல் சந்தோஷப்பட்டார்கள் எல்லோரும்..

தன் சுயம் எங்கோ தொலைவதாய் ஊமைக் கண்ணீர் வடித்தது விஜியின் மனம்..

தரகரை வரச்சொல்லி போட்டோவைக் கொடுத்தனுப்பினார்கள்..

நான்கு நாட்கள் கழித்து வந்தவர் ..”அப்பவே அனுப்பிட்டங்க.. பையனே நேரடியா உங்களுக்கு லெட்டர் போடுரேன்னு விலாசம் கேட்டு வாங்கிட்டாருங்க..!”

ஆராயி • விஜி முருகநாதன்

இந்த செல்போன் காலத்தில் கடிதமா.. வித்தியாசமானவர் போல் தான் என்று தோன்றியது விஜிக்கு..

எல்லோரும் எதிர்பார்த்த கடிதமும் வந்தது.. விரைவுத் தபாலில் அனுப்பி இருந்தார்.. தபால்காரர் தபாலைக் கொடுத்து விட்டுப் போனது தான் தாமதம்.. எல்லோரும் பொன்னம்பலத்தைச் சுற்றி நின்று கொண்டார்கள்.... கடிதத்தைப் பிரித்த அவரும் சத்தமாகவே படிக்க ஆரம்பித்தார்..

"மதிப்பிற்குரிய ஐய்யா அவர்களுக்கு.. வணக்கம்.. உங்கள் பெண்ணின் புகைப்படம் கிடைத்தது.. அவர்களிடம் எந்தக் குறையும் இல்லை.. அழகாக இருக்கிறார்கள்.. நிறம்தான்.. என்று நிறுத்தினார்..

"ஐய்யோ.. கண்டுபிடித்து விட்டாரா..?"என்ற பதட்டத்தோடு அவர் முகத்தையே பார்த்தார்கள்..தொடர்ந்து படிக்க ஆரம்பித்தார்..

"நிறம் தான் நல்ல கலராக இருக்கிறார்கள்.. நம் இனப் பெண்கள் பெரும்பாலும் இவ்விதமே.. ஆனால் நான் நிறம் குறைவான பெண்களையே விரும்புகிறேன்.. எனக்கு வரும் மனைவியும் மாநிறமாகவோ, இல்லை கறுப்பு நிறமாகவோ இருந்தால் பரவாயில்லை என்று நினைக்கிறேன்.. அது போன்ற நிறமுடைய நம் இனப் பெண்கள் யாராவது இருப்பார்களா என்று தான் தேடிக் கொண்டு இருக்கிறேன்.. தரகர் உங்கள் பெண் சிறிது நிறம் கம்மி என்றதால் தான் புகைப்படம் அனுப்பச் சொன்னேன்.. ஆனால் ...! தயவுசெய்து சிரமத்திற்கு மன்னிக்கவும்.. உங்கள் பெண்ணிற்கு நல்ல வரன் அமைய வாழ்த்துகள்..".

கடிதத்தைப் படித்து முடித்தவரின் முகத்தில் மட்டும் அல்ல.. கேட்டுக் கொண்டு இருந்த ஜானு, யமுனா ,விசாலம்முகத்திலும் ஈயாடவில்லை..ஆனால்

முதன் முறையாக தன் 'கறுப்பு' நிறத்தைப் பார்த்து சிரிக்கத் தொடங்கினாள் விஜி..

ஆராயி • விஜி முருகநாதன்

3 . மணம்

"டிக்கெட்.. டிக்கெட்." என்று வந்த நடத்துனரிடம் .. "சென்னிமலை ஒன்று .." என்று நீட்டினேன்.. நாளை தைப்பூசம் என்பதால் பேருந்தில் நல்ல கூட்டம்.. உட்கார இடம் கிடைக்குமா..? என்று சுற்றும் பார்த்தேன்.

"அக்கா.. நகருங்க .." என்றபடியே என் பக்கத்தில் இருக்கையில் உட்கார்ந்திருந்த பெண் எழுந்திருக்க, "அப்பாடா.." என்று உட்கார்ந்தேன்..

சென்னிமலை என் அம்மா பாட்டி ஊர்.. பத்தாம் வகுப்பு வரை அங்கேதான் படித்தேன்.. தைப்பூசம் தான் ஊரில் பெரிய விழா.. தை பிறந்ததிலிருந்தே ஊரே நிலை கொள்ளாது..

மாமா .. "நீ தைப்பூசத்திற்கு வந்து எத்தனை வருடமாகிறது.. இந்த வருடம் வந்தே ஆக வேண்டும் .." என்று வற்புறுத்தியதால் புறப்பட்டு வந்தேன்.

பாட்டி தைப்பூசம் முதல் நாள் தொட்டிக் கட்டு வாசலை .."முத்தா.."வை விட்டு சாணி போடுவாள். வாசலின் நாலுபக்கமும் பசேலென்று இருந்தால்தான் திருப்தி.. ஊம்.. பாட்டி இறந்துதான் இரண்டு வருடத்திற்கு மேலாகி விட்டதே..

முத்தா.. இப்போது உயிரோடுதான் இருக்குமா..?.."ச்சே..ச்சே.." என்று உள்ளுக்குள்ளேயே அதட்டிக் கொண்டேன்.

"சாமீ.. கண்ணு.." நல்லாருக்கீங்களா..?!" என்ற முத்தாவின் குரல் காதுக்குள் கேட்டது..

ஆராயி ● விஜி முருகநாதன்

முத்தா.. ஊருக்குள் அவள் பெயரை யாரும் கூப்பிட்டுப் பார்த்ததில்லை.. எல்லோருக்கும் அவள் ..கக்கூஸ்க்காரி.."

பாட்டி மட்டுமே .."முத்தா.."னு கூப்பிடுவா..

"ஏன் உங்க பெயர் முத்தா.."னு வச்சாங்க என்றேன் ஒருநாள்..

"அதுவா.. கண்ணு .. நான் பொறக்கப்போ எங்கம்மா முத்தாரம்மன் கிட்ட வேண்டிகிட்டாங்களாம் அதான் .."

எங்க ஊரில் அப்போது எல்லோர் வீட்டிலும் மனிதர்களால் சுத்தம் செய்யப்படும் .. "எடுப்பு கழிவறைகள்.."தான்.. எங்கள் தெருவில் இருக்கும் அத்தனை கழிவறைகளையும் முத்தாதான் சுத்தம் செய்வாள்.

காலை ஆறு மணிக்கே பெரிய வாளியுடன் தெருவுக்குள் நுழைந்தால் எங்கள் வீட்டுக்கு வர மணி எட்டாகி விடும்.. வாளி என்று பெயர் தானே தவிர அதற்கு ஒரு மூடி கூட இருக்காது.. அதன் மேலே சதுரமாக தகரத் தகடும், கரண்டி போன்ற அமைப்பில் ஒரு நீளத்தகடும் இருக்கும். அதில்தான் கழிவுகளை வாரி வாளிக்குள் போடுவாள்.

ஏழரை மணியிலிருந்தே பாட்டி புழக்கடையில் இருக்கும் சிமெண்ட் தொட்டியில் தண்ணீர் நிரப்பச் சொல்லி என்னை விரட்டிக் கொண்டே இருப்பாள்.

சரியாக எட்டு மணிக்கு முத்தா வந்து விடுவாள்.. அப்புறம் அரை மணிநேரம் அந்தப் பக்கம் போக முடியாது. என்னதான் கதவை அழுந்தச் சாத்தினாலும் நாற்றம் குடலைப் பிடுங்கும்.. எங்கள் வீட்டில் சுத்தம் செய்து விட்டு தெரு முக்கில் நிற்கும் பஞ்சாயத்து வண்டியில் கழிவுகளைக் கொட்டி விட்டு மீண்டும் எங்கள் புழக்கடைக்கே வந்து கைகால் சுத்தம் செய்து விட்டு ..ஸ்.. அப்பாடா.." என்று உட்காருவாள்.

ஆராயி ● விஜி முருகநாதன்

வியர்வையின் பளபளப்பில் முதுகு மின்னும்.. கருந்தேக்கை பாலீஷ் செய்தால் மினுமினுக்குமே அது போல கருப்பு தேகம் முத்தாவிற்கு.. காதில் பெரிய பம்பட்டி போட்டிருப்பாள்.. நல்ல ஆகிருதியான உயரமான உடம்பு..

அதனால் தான் அவ்வளவு பெரிய கழிவு வாளியை சர்வசாதரணமாக தோளில் வைத்துக்கொண்டு வருவாள். மலத்தை தூக்கிக்கொண்டு நடக்கிறோமே என்று முகத்தில் ஒரு அருவருப்பு தெரியாது.. சப்பரத்தில் சாமியைத் தூக்கிக் கொண்டு போவோர்களின் பாவமே விரவிக் கிடக்கும்..

பாட்டி கொஞ்சம் பாலும், நிறையத் தண்ணீரும் கலந்து கொடுக்கும் காப்பியை தன்னுடைய டம்ளரில் அமிர்தமாட்டம் வாங்கிக் குடித்து விட்டுப் போவாள்.. சிலசமயம் பழைய சோறு நிறைய இருந்தால் அதற்காகக் கொண்டு வரும் குண்டானில் வாங்கிப் போவாள்..

பாட்டி வேலையாய் இருக்கும் சமயங்களில் நான் தான் ஊற்றுவேன்.. டம்ளரில் படாமல் கீழே தணித்து வாங்குவாள்... ஊற்றத் தெரியாமல் சிந்திவிடும்..” சாமீ..”என்றபடி கையால் வழித்துக் கொள்ளுவாள்.

முத்தா இரண்டாம் தாரமாக வாழ்க்கைப்பட்டவள். முதல் தாரத்திற்கு குழந்தை இல்லை என்று இவளைக் கட்டி வைத்தார்கள். கணவன் ரங்கன் சரியான குடிகாரன். கணவன், இரண்டு குழந்தைகள், மூத்த சம்சாரம், மாமியார் எல்லார் வயிறும் இவள் சம்பளத்தில்தான் நிறைந்து கொண்டிருந்தது.

முத்தாவின் பெண் பூங்கோதை என்கூடத்தான் பள்ளியில் படித்தாள்.. இறுக வழித்துப் பின்னி சாமந்திப் பூ வைத்திருப்பாள். ஒல்லியாக இருப்பாள்.. அதென்னவோ மலையடிவாரத்தில் அரசு கொடுத்த நிலத்தில் தான் குடிசை போட்டு முத்தா மற்றும் அவள் குலக்காரர்கள் தங்கியிருந்தனர். ஒவ்வொரு வீட்டு வாசலிலும் சாமந்திப் பூ அல்லது துலுக்கமல்லிச் செடி .. பூத்துக் குலுங்கும்.

ஒருதரம் ஆர்வ மிகுதியில் முத்தா வீட்டுக்கு பூங்கோதையுடன் போய்விட்டேன்.. “வாங்க சாமி.. என்று

பிரியமாக வரவேற்றவள் கடைக்கு ஓடிப்போய் காப்பி வாங்கிட்டு வந்து பெட்டியை உருட்டி ஒரு சின்ன வெள்ளி டம்ளரை எடுத்து ஊற்றித் தந்தாள்.

பாட்டியிடம் பெருமையாக சொல்லப் போக ஏக திட்டு திட்டினாள்..

எங்கள் ஊரில் இருக்கும் ஒரே பள்ளி என்பதால் பேத வித்தியாசமில்லாமல் எல்லாக் குழந்தைகளும் அங்கேதான் படித்துக் கொண்டிருந்தார்கள்.. ஆனாலும் பூங்கோதையிடம் சில பேர் மட்டுமே சேர்வார்கள்..

முத்தா என்னைப் பார்க்கும் போதெல்லாம் .. “நல்லாப் படிக்குதா சாமி எம்புள்ள..” என்று கேட்காமல் இருக்க மாட்டாள்..

“அருமையாப் படிக்கிறா.. முத்தாங்க..” என்பேன் .. பெருமிதமான சிரிப்பு விரிந்தாலும் ..” என்னைப் போய் சாமி ..ங்க .. போடுதுங்க ..” என்பாள் பாட்டியிடம்..

“சிறுசுதானே.. முத்தா..” என்பாள் சமாதனமாக பாட்டி..

“முத்தா.. நாளைக்கு மச்சாண்டார் பேரப்புள்ளைய கூட்டிட்டு வர்றாங்க.. வேலைய முடிச்சுட்டு நல்லாக் கைகால் சுத்தம் பண்ணிட்டு வா..”

“சரிங்க.. பெரியம்மா..”

எந்தக் குழந்தை பிறந்தாலும் வீட்டுக்கு வந்தவுடன் ஆடை அணிவிக்காமல் கக்கூஸ்க்காரிகளிடம் கொடுத்து வாங்குவார்கள்.. எந்த வியாதியும் அண்டாது என்றொரு நம்பிக்கை..

“ஏம் முத்தா .. மேலத்தெருவுல ..”புள்ளப் பெத்தா..” முறை செய்யப் போனியே.. சேல கீல எடுத்துக் கொடுத்தாங்களா..?”

“ஊம்.. பாலியெஸ்டர் சீலையும், ஒரு மரக்கா நெல்லும்,

இருபத்திஞ்சு பணமும் கொடுத்தனுப்பினாங்கம்மா.. நானா கட்டறேன்.. நீங்க கொடுக்கற சேலையத் தவிர எதக் கட்டுறேன்.. எல்லாம் அந்த எளவட்டக் கழுத கட்டிகிட்டும் ..”

முத்தாவுக்கு எப்போதும் பாட்டியின் பழைய எட்டுகஜ நெகமம் புடவைதான் .. ரவிக்கை போட மாட்டாள். புடவையையே மார் தெரியாமல் பின் கொசுவம் வைத்து நாசுக்காக கட்டிக் கொள்வாள்.

மேலத்தெரு வீடுகளில் குழந்தை பிறந்து குறிப்பிட்ட நாளில் தீட்டுக் கழிக்கும் வரை குழந்தை பெற்ற பெண்களை ஒரு அறைக்குள் வைத்திருப்பார்கள். அந்த அறையின் மூலையிலேயே சாம்பல் கொட்டி ஒரு வாளியும், பக்கத்திலேயே சாம்பல் மூட்டையும் வைத்து விடுவார்கள். அந்தப் பெண் கழிவுகளை அந்த வாளியில் செய்து விட்டு பக்கத்தில் உள்ள சாம்பலைக் கொட்டி மூடி விட வேண்டும்.

அந்தக் கழிவுகளை தினமும் போய் முத்தா போன்ற கழிவு எடுப்பவர்கள் சுத்தம் செய்வார்கள். அதற்குத்தான் சன்மானம்.

ஏனோ ஒரு இனந் தெரியாத பாசம் எனக்கும் முத்தாவிற்கும் இடையில் .. முத்தா வரும் வேளையில் பள்ளி விடுமுறை என்றால் அவளுடன் பேசுவதில், சொல்லும் கதைகளைக் கேட்பதில் அவ்வளவு விருப்பம் எனக்கு..

“ஏன் முத்தாங்க.. பூங்கோதை ஸ்கூலுக்கு வர்றதில்லை..?!”

“சாமி.. புள்ள உட்கார்ந்துடுச்சுங்க.. இனி மாமன் மனை சுத்தினாத்தான் வெளியவே அனுப்புவோம்.. அதுவும் இஸ்கூலுக்கு வர மாட்டாங்க.. வயசுக்கு வந்த புள்ளய ஒரு வருஷத்துக்குள்ளார கலியாணம் முடிச்சுக் குடுத்துருவங்க..”

“ராசாவ மட்டும் ஸ்கூலுக்கு அனுப்பறீங்க..”

“ராசா..” பேருக்கேத்த மாதிரி ராஜா மாதிரி அழகா சிவப்பா இருப்பான்.. அதென்னவோ முத்தாவின் குலத்தில் இல்லாத கலராய் பிறந்திருந்திருந்தான்.

ஆராயி • விஜி முருகநாதன்

"எங்க மாமனாரு கலரு .." என்பாள் பெருமையாக.. பையன் பேச்சை எடுத்தாலே முகமெல்லாம் பூரித்துப் போகும் முத்தாவிற்கு..

ஈரோட்டில் கல்லூரியில் படித்துக் கொண்டு இருந்தான் ராசா..

அந்த ராசா தலை மேல் இடியைத் தூக்கிப் போடுகிற மாதிரி அப்படி ஒரு காரியம் செய்வானென்று முத்தா நினைத்திருப்பாளா..?! என்ன..?

ஊரே பத்திகிட்டு எரிஞ்ச மாதிரி எங்க திரும்பினாலும் அதையே பேசினார்கள்...." கக்கூஸ்க்காரி முத்தா பையன் சேட்டான் பொண்ண கூட்டிட்டு போய் கல்யாணம் பண்ணிகிட்டு வந்துட்டானாமே.."

மலையடிவாரத்துலதான் வாரந்தோறும் வெள்ளிக்கிழமை சந்தை கூடும் வாரத்துக்கு ஒருமுறை தவிர சும்மா கிடந்த இடத்தில் கூடாரம் போட்டுக் தங்கியிருந்தார்கள் வடக்கிலிருந்து வந்த நாடோடிகள். அதிலிருந்த ஒரு பெண்ணைத்தான் ராசா கல்யாணம் பண்ணிக் கொண்டு வந்து விட்டான்.

முத்தாவின் வளவு என்றில்லை ஊரில் அவரவர் சமுதாயத்திற்கு அவரவர் சமூகப் பெரியவர்கள் தலைமையில் ஒரு பஞ்சாயத்து உண்டு அது சொல்படிதான் நடப்பார்கள்..

ராசா பண்ணிய தப்புக்கு .. சாதி விட்டு சாதில கல்யாணம் பண்ணிகிட்டதுக்கு முத்தாவைக் குடும்பத்துடன் பத்து வருஷம் ஊரை விட்டே தள்ளி வைத்து விட்டது பஞ்சாயத்து..

கதறிக் காலில் விழுந்து அழுத முத்தாவை ஏறெடுத்தும் பார்க்க வில்லை ஊர்..

அடுத்த நாள் பாட்டியிடம் சொல்லிக் கொண்டு போக வந்தவள்.."ம்மா.. என்று விம்மினாள்.

ஆராயி • விஜி முருகநாதன்

“ராசா.. இப்படிப் பண்ணுவான்னு நெனக்கவே இல்லை.. உன் தலைல இப்படி இடியத் தூக்கிப் போட்டுட்டானே.. வேலைய என்ன பண்ணுன முத்தா..”

“எழுதிக் கொடுத்திட்டேன்மா.. வேற வழியில்லமா..”

“எங்க போற..?”

“ராசாவோட சிநேகிதப்புள்ள எதோ அவனுக்கு ஒரு வேலை வாங்கித் தர்றேன் னு சொல்லி இருக்கானாம்.. அவங்கூடத்தாம் போறோம்மா..” என்றவள் அருகில் நின்ற என்னைப் பார்த்து ..”சாமீ..” என்று மீண்டும் கதறினாள்.

அன்று பார்த்ததுதான் முத்தாவை.. அதற்கப்புறம் எங்கே இருக்கிறார்கள் என்று ஒரு தகவலும் இல்லை..

கால ஓட்டத்தில் பல மனித முகங்கள் மறந்து போயிருந்தாலும் ஏனோ முத்தாவின் முகம் மட்டும் அழியவே இல்லை.

“ராஜீவ் காந்தி.. ராஜீவ் காந்தி...”என்ற நடத்துனரின் குரலில் திடுக்கிட்டு உணர்வு பெற்றேன்.

ராஜீவ் காந்தி கல்லூரி நிறுத்தத்தில் நின்றது. பட்டாம்பூச்சிகளாய் மாணவ மாணவிகள் ஏறினர்.. சிரிப்பொலியும், கலகலவென்ற பேச்சொலியும் பேருந்தை நிறைத்தது..

“எக்ஸ்கியூஸ் மீ.. கொஞ்சம் தள்ளி உட்கார்றீங்களா..?”

அழகாக இருந்த அந்தப் பெண் கேட்கவேதான் பக்கத்தில் அமர்ந்திருந்த அம்மா இறங்கிப் போயிருப்பதே தெரிந்தது.

தள்ளி உட்கார்ந்தேன்.. குப்பென்று மல்லிகையின மணம்.. தலையை அழகாகப் பின்னி நீளமாக மல்லிகைச்சரம்

ஆராயி • விஜி முருகநாதன்

வைத்திருந்தாள் அந்தப் பெண்.. வாடியிருந்தாலும் கொஞ்சமும் குறையாது மணத்தது..

ஊர் வந்து விட்டது.."ட்டுர்..ட்டுர்.." என்று காவடி ஆட்டங்கள் வழி நெடுக தென்பட ஆரம்பித்தன. மனசு சந்தோஷப் பரபரப்புக்கு போக வேடிக்கை பார்த்தேன்.

"வண்டி மலையடிவாரம் சுத்திப் போகுது.. வண்டிப் பேட்டை எறங்கறவங்கள்ளாம் எறங்குங்க.." நடத்துனரின் குரலுக்குக் கட்டுப்பட்டு இறங்கப் போனவள்.. நிதானித்தேன்..

மலையடிவாரத்தில் இறங்கினால் சென்டெக்ஸ் சந்தில் பத்து நிமிஷத்தில் போய் விடலாம்.. மலையடிவாரத்தில் இறங்கிய என்னுடனேயே இறங்கினாள் அந்தப் பெண்ணும்..

நிமிர்ந்து பார்த்து சிரித்தேன். புன்னகைத்தாள். . "படிக்கிறாயாம்மா.."

".ஆமாக்கா.."

"என்ன மேஜர்.."

"எலெக்டிரிக்கல் அண்ட் எலெக்ட்ரானிக்ஸ்.."

அவளுடன் பேசியபடியே கண்களைச் சுழற்றியவளுக்கு ஆச்சரியம் தாங்கவில்லை. எப்படி மாறி விட்டது இந்த இடம்.. குடிசைகள் இருந்த இடமே தெரியாமல் தார்ஸ் கட்டிடங்கள் முளைத்திருந்தன.

"அக்கா.. வீடு வந்துருச்சு.. வர்ரேங்க்கா.. எங்க பாட்டி நிக்கறாங்க.." என்றபடியே விடைபெற்று நடந்தாள் அந்தப்பெண்..

வயதான ஒரு மூதாட்டி கையில் கம்பு ஊன்றி அந்தப்பெண் வரும் வழியிலேயே நின்றிருந்தார்.

ஆராயி • விஜி முருகநாதன்

அப்போது தான் அவர் காதில் ஆடிய பம்படங்களை கவனித்தேன்.. மனம் ஆச்சரியத்தில் கூவியது.. முத்தாங்க..!

ஓடிப்போய் கைகளை பிடித்துக் கொண்டேன்.. "முத்தாங்க.. எப்படி இருக்கீங்க..?! .."

ஒரு கணம் தடுமாறியவர்.."சாமீ .. நீங்களா..?!" எப்பிடி இருக்கீங்க..?! வூட்ல எல்லாம் நல்லாருக்காங்களா..?! பெரிம்மா இப்புடி பொசுக்குன்னு போயிருச்சே..?!" வாய் கேள்விகளை அடுக்க.. கண்ணில் நீர் கசிந்து கொண்டிருந்தது .

"வாங்கம்மா.. இதான் எங்கூடு.." என்றபடியே அழகான அந்த வீட்டுக்குள் அழைத்துப் போனாள்.

நவீன பாணியில் கட்டப்பட்டிருந்த அழகான ஹாலில் நுழைந்ததுமே கண்ணில் பட்டது ராசாவின் பெரிதுபடுத்தப்பட்ட புகைப்படமும் கூடவே மாட்டியிருந்த ரங்கனின் புகைப்படமும்.. பிளாஸ்டிக் மாலையுடன் அலங்கரிக்கப்பட்டிருந்தன.

"ராசாதாம்மா இப்பத்தான் இரண்டு வருஷம் முன்னாடி.. நெஞ்சு வலி.. நிமிஷ நேரத்தில் கொண்டு போயிருச்சும்மா.. நாங்க இங்க இருந்து போனவுடனேயே ராசாவோட அப்பாவும் போயிட்டார்.."

அதுவரை நாங்கள் பேசியதையே ஆச்சரியத்துடன் பார்த்துக் கொண்டிருந்த அந்தப் பெண் ஓடிப்போய் நாற்கலியை இழுத்துப் போட்டாள்..

"என்ன புள்ள பாக்கற.. அடிக்கடி சொல்வேனில்ல .. பெரிம்மா.. பெரிம்மா.. ன்னு.. அவங்க பேத்தி.."

"காப்பி போட்டுக் கொண்டா .."

"எப்ப வந்தீங்க இந்த ஊருக்கு.."

ஆராயி • விஜி முருகநாதன்

"இப்பதான் ரெண்டு வருஷமாச்சு மா.. இங்கேருந்து போனதிலிருந்தே எங்களுக்கு நல்ல காலந்தாம்மா. ராசாவோட சிநேகிதன் வாங்கித் தந்த வேல கைபிடிச்சிருச்சுமா.. மருமவளும் துணி தைக்கற மிசின் போட்டா.. இந்தப் பொண்ணு மோனி பொறந்தா.. நல்ல வசதியா சந்தோஷமாவும்தான் இருந்தோம்.."

"யார் கண்ணுப்பட்டதோ ராசா அப்படி பொக்குன்னு போயிட்டான். வேலை பார்த்த இடத்துல நல்ல தொகை கொடுத்தாங்க. இந்தப் பொண்ணுக்கு நம்ம ஊர் காலேசுலேயே இடம் கிடைக்க, சரி.. இனியாவது நம்ம சாதி சனத்தோட இருக்கலாம் னு புறப்பட்டு வந்துட்டோம்.."

"இது என்ற தம்பி வூடும்மா.. மருமவ இப்பதான் தைக்கற கடை போட இடம் பார்த்துகிட்டு இருக்கறா.. அது விஷயமாத்தான் எங்கேயோ போறேன்னு போயிருக்கா.."

"க்கா காப்பி.." என்று நீட்டினாள் அந்தப் பெண்.. அழகான கப் அண்ட் சாசரில் காப்பியும் கூடவே அழகான தட்டில் பிஸ்கட்டுகளும் இருந்தன.

என்றோ முத்தா வீட்டில் குடித்த வெள்ளி டம்ளர் ஞாபகம் வந்தது.

காப்பியைக் குடித்து விட்டு மீண்டும் முத்தாவிடம் சிறிது நேரம் பேசிவிட்டு விடைபெற்று வெளியே வந்தேன்..

"பார்த்து சாமி.. ஊரே சனமாக் கெடக்குது.. பத்திரமாப் போங்க.." என்றபடியே வந்த முத்தாவைப் பார்த்து தலையாட்டியபடியே மெல்ல நடக்கத் தொடங்கினேன்.

எங்கிருந்தோ வந்து என்னைச் சுற்றிக் கொண்டது மல்லிகையின் மணம்.

ஆராயி ● விஜி முருகநாதன்

4. நாகம்மா

'நாகம்மாவுக்கு சாமி வந்திருச்சாம்.. நாகம்மாவுக்கு சாமி வந்திருச்சாம்.."

தெருவில் சத்தமாகக் கத்திக்கொண்டே யாரோ ஓடும் சத்தம் கேட்டது. ஓட்டுக் கூரை வழியாக கீற்றாக விழுந்த சூரிய ஒளி கண்ணாடியில் விழுந்து கண் கூச வைப்பதை ரசித்துக்கொண்டு இருந்தவள் சத்தத்தால் கலைக்கப்பட்டு ஜன்னலைத் திறந்து வெளியே பார்த்தேன்..

ஆண்களும் பெண்களுமாக பத்துப்பதினைந்து பேர் வேகமாக ஓடிக் கொண்டிருந்தனர்..

"ஏன் பாட்டி.. இன்னமும் நாகம்மா அக்கா சாமியாடுதா..?"

"ம்..ம்.. ஆடிகிட்டுத்தான் இருக்கா .." என்றாள் பாட்டி சலித்த குரலில்..

நான் ஐந்தாம் வகுப்பு படிக்கும் வரை என் பாட்டி வீட்டில் வளர்ந்தேன். பாட்டி வீட்டுக்கு இரண்டு மூன்று வீடுகள் தள்ளி ஒரு பிள்ளையார் கோவிலும் அதை ஒட்டி ஒரு தெருவும் இருக்கும். அதில் வரிசையாக சின்னச்சின்ன ஒற்றை அறை ஓட்டு வீடுகளும், தகர கூரை போட்ட வீடுகளும் வரிசையாக இருக்கும்.

அதில் ஒன்றுதான் நாகம்மா அக்கா வீடு.. நாகம்மா அக்காவின் குடும்பத்தினர்.. எங்கள் தாத்தாவின் தாத்தா காலத்தில் இருந்தே வழிவழியாக எங்கள் வீட்டில் வேலை செய்து வந்தவர்கள்.. முதலில் காலையில் வந்தால் மாலை வரை

ஆராயி • விஜி முருகநாதன்

வேலை செய்து வந்தவர்கள் காலம் செல்லச்செல்ல வெவ்வேறு வேலைகளுக்குப் போய் விட்டார்கள்.

இருந்தாலும் விசுவாசம் காரணமாக காலை மாலை இருவேளையும் வந்து எதாவது வேலை இருந்தால் செய்து கொடுத்து விட்டுப் போவார்கள்..

நாகம்மா அக்காவின் தாயார் வள்ளிம்மாவும் அவள் தகப்பானாரும் அவ்வப்போது வருவார்கள்.

வள்ளிம்மாவுடன் சிலசமயம் நாகம்மாக்காவும் வரும்.எனக்குத்தான் அவளைக் கண்டால் ஒரே பயம்.. திடீர்.. திடீரென சாமி வந்து ஆடுவாள் நாகம்மாக்கா..

ஒல்லியா இருக்கும்.. தலை செம்பட்டை பறந்து கிடக்கும். அந்த ஒல்லி உடம்புக்குள் சாமி வந்து ஆடும் போது பார்க்க வேண்டுமே.. அவ்வளவு ரௌத்திரமா இருப்பா.

பாட்டி ஊர்ல அப்போது கழிவறை வீட்டுக்கு வீடு கிடையாது. எல்லோருக்கும் கரட்டு மேடுதான் கழிவறை. பெண்களுக்கு பெரிய அவஸ்தை அது. கருக்கல்ல ஒதுங்கினா உண்டு.. இல்லைனா என்ன ஆத்திரம் அவசரம்னாலும் கஷ்டம் தான்.. அதுவும் மாதாந்திர நாட்களில் படும் பாடு தாளாது.

நாகம்மா அக்காவுக்கு பத்து வயது இருக்கும் போது கருக்கல்ல ஒதுங்கப் போயிருக்கா.. கூட வள்ளிம்மாவும் தான் போயிருக்காங்க.. ஒதுங்கிட்டு நாகம்மா பேரைச் சொல்லிக் கூப்பிட்டு பார்த்திருக்காங்க.. பதில் வரலைன்னு வீட்டுக்கு போய்ப் பார்த்தால் அங்கே வரலைன்னு தெரிஞ்சு தேடிட்டுப் போயிருக்காங்க .

கரட்டு மேட்டு எல்லைப்பிடாரி கோவில் கிட்ட தலைவிரி கோலமா உட்கார்ந்திருக்காம் அக்கா.. பக்கத்துல போனா உக்கிரமா சிரிச்சுகிட்டு.. "உன் பிள்ளைய எனக்குப் பிடிச்சுப் போச்சுடி.. அதான் குடி வந்துட்டேன்.."னு சொல்லுச்சாம்..

ஆராயி • விஜி முருகநாதன்

அன்றிலிருந்து எப்ப வரும் னு எல்லாம் சொல்ல முடியாது.. பாத்திரம் கழுவிகிட்டே இருப்பா.."உஸ்..உஸ்.."ன்னு சத்தம் கேட்கும். திரும்பிப் பார்த்தா கால் மேலே கால் போட்டுகிட்டு உட்கார்ந்து இருப்பா..

அதுக்காகவே பாட்டி எப்போதும் ஒரு தட்டில் சூடமும் திருநீறும் வச்சிருப்பா.. சூடத்தை கொளுத்தி வைத்தால் நாகம்மா ஊர்ல யாரைக் கூப்பிடறாளோ அவங்க வந்து மண்டி போட்டு நமஸ்காரம் பண்ணினா வாக்கு சொல்லுவா..

அந்த சமயம் அவளைப் பார்க்கவே பயமா இருக்கும்.. கண்களை உருட்டிகிட்டு அமானுஷ்யமா சிரிச்சுகிட்டே இருப்பா..

கொஞ்ச நாள்ல பெரிய மனுஷியும் ஆயிட்டா.. மாதந்திர நாட்கள்ல மட்டும் அவகிட்ட சாமி வராது..

"எங்க குலத்துல பதினைஞ்சு வயசுக்கு மேல பொண்ணுகள வச்சுகிட்டே இருக்க மாட்டோம்.. இதுக்கு பதினைஞ்சு முடிஞ்சு ரெண்டு வருஷமாச்சு.. வர்ற மாப்பிள்ளையெல்லாம் சாமியாடின்னு தள்ளிப் போயிடறாங்கம்மா.."ன்னு வள்ளிம்மா பாட்டிகிட்ட வருத்தப்பட்டுகிட்டு இருந்துச்சு..

"சேலத்துக்குப் பக்கத்துல ஒரு மலை இருக்காம். அங்க இருக்கற பெண் தெய்வந்தான் எல்லா தெய்வத்துக்கும் அக்கா மாதிரியாம்.. அங்க போய் நேர்ச்சை செஞ்சுட்டு வந்தா சாமி வராதாம்.. நான் எந்த இடம்னு விசாரிச்சு சொல்றேன்.."னு சொன்னா பாட்டி..

ஆனா பாட்டி கேட்டு சொல்றதுக்கு முன்னாடியே வள்ளிம்மா சொந்தத்தில தூரத்து சொந்தமான பொன்னான் அக்காவ கட்டிக்கிறேன்னு சொல்ல சந்தோஷமா கல்யாணம் பண்ணி வச்சுட்டாங்க.

பொன்னானுக்கு தறி ஓட்டற வேலை.. அதுக்கப்புறம் நானும் படிக்க எங்க அப்பா வீட்டுக்கே போயிட்டேன்..

ஆராயி • விஜி முருகநாதன்

இப்ப சைக்கலாஜி மூன்றாவது வருடம் .. எப்போதும் எனக்கு லீவு விடறப்ப பாட்டியே அங்கே வந்து விடுவா.. அதனால நாகம்மாக்காவை பார்க்கிற வாய்ப்பு கிடைக்கவே இல்லை..

இந்த வருடம் கிராமத்துக்கு வந்து ரொம்ப வருஷமாச்சேன்னு வந்தேன்..

"ஏம் பாட்டி.. நாகம்மாக்காவுக்கு குழந்தைங்க எத்தனை..?! "

"குழந்தையாவது .. குட்டியாவது..? பொண்டாட்டிய தெய்வமா கொண்டாடலாம்.. பொண்டாட்டியே தெய்வமா இருந்தா என்ன செய்யறதாம்.. அதான் பொன்னான்.." என்று எதையோ சொல்ல வந்தவள் நிறுத்திக் கொண்டாள்..

"இதெல்லாம் மன நோய் சார்ந்த விஷயம்.. நல்ல மனநல மருத்துவர்கிட்ட காண்பித்து குணப்படுத்த வேண்டிய விஷயம்.."என்று சொல்ல வந்தவள் அடக்கிக் கொண்டேன்..

நிச்சயமாக ஒத்துக் கொள்ள மாட்டார்கள்.. காலம் எத்தனை மாறினாலும் சில விஷயங்கள் கிராமத்து மக்களிடையே எடுபடாது ..

இருந்தாலும் படிக்கும் படிப்பைச் சார்ந்த விஷயம் என்பதால் பாட்டிக்குத் தெரியாமல் நாகம்மா சாமியாடும் வீட்டுக்குப் போனேன்.. வள்ளிம்மா வீட்டில் இருந்து இரண்டு வீடுகள் தள்ளித்தான் பொன்னான் குடி இருந்தார் என்பது மனதில் இருந்தது..

போனவளுக்கு ஆச்சரியமாக இருந்தது. நாகம்மா வீட்டு முகப்பில் நாகம்மா பாத்திரக்கடை என்று பெயர் பலகை வைக்கப்பட்டு ஏகப்பட்ட பாத்திரங்கள் அடுக்கி வைக்கப்பட்டிருந்தன.

அதன் முகப்பில்தான் நாகம்மா அக்கா எப்போதும் போலவே அட்டகாசமாக கால் மேல் கால் போட்டபடி உட்கார்ந்து இருந்தாள். நான் போகும் போது இருந்த ஒல்லியான

ஆராயி • விஜி முருகநாதன்

நாகம்மா அக்கா இல்லை. உடம்பு பிடித்து கழுத்தில் காதில் நகைகள் ஜொலிக்க உயர்ரக சேலையுடன் அமானுஷ்யமாக சிரித்துக் கொண்டு இருந்தாள்.

எதிரே கட்டி சூடம் எரிந்து கொண்டிருந்தது.. என்னதான் சைக்காலஜி எடுத்து படித்துக் கொண்டிருந்தாலும் உள்ளூர சின்னவயது பயம் மிக சன்னமாக வராமல் இல்லை.

கூடியிருந்த கூட்டத்தின் பின்புறமாகவே நின்றேன்.. ஊருக்கு வந்து ரொம்ப நாளாகி விட்டதால் யாருக்கும் என்னையும், எனக்கு வேறு யாரையும் அடையாளம் தெரியவில்லை.

“டாய்.. பிடாரி வந்துருக்கேண்டா..” ஆக்ரோஷமான கூச்சல் வந்தது நாகம்மாக்காவிடமிருந்து.. கண்கள் இரண்டும் நல்ல சிவப்பில் பளபளத்தன.

“சொல்லாத்தா..” என்றபடி பவ்யமாக வந்து நின்றார் அவர்.. அப்போது தான் அவரை உற்றுப் பார்த்தேன். அட..பொன்னான்தான் .. அவரும் இப்போது சதை கூடி பளபளவென்று இருந்தார்..

“டாய்.. புதுசா மூணு மாசமா கரட்டு மேட்டு அடிவாரத்துல ஆத்தாளும், மகளுமா இரண்டு பேரு குடி வந்துருக்காங்க.. அவள நான் சொன்னேன்னு கூட்டிட்டு வாங்கடா..”

உடனே கூட்டத்தில் இருந்த ஒருவர் கூட்டிக்கொண்டு வர ஓடினார்..

..”ஊம்.. ஊம்.. என்று அரற்றியபடி தலையைக் குனிந்து உட்கார்ந்து இருந்தாள் நாகம்மா அக்கா..

பத்து நிமிடத்தில் ஒரு நடுத்தர வயதுப் பெண்ணும், அவள் மகள் போலிருந்த அழகான இளம்பெண்ணும் வந்தார்கள்..

நடுங்கியபடி தன் முன்னே நின்றவர்களை ஏறிட்டுப்

ஆராயி • விஜி முருகநாதன்

பார்த்தாள் நாகம்மா அக்கா.. பார்வையா அது.. அவ்வளவு தீட்சண்யம்..

“ஏடி.. இளங்குருத்தக் கூட்டிட்டு என் எல்லைக்குள்ள வந்துருக்க. ஆனா .. ஆனா..” என்றவள் அட்டகாசமாக சிரித்து விட்டு மீண்டும் தொடர்ந்தாள்.

“கர்ம வினை சுத்துதடி.. சுத்துதடி.. கர்மவினை சுத்துதடி.. இன்னும் பத்து நாள்ல இந்த ஊர் எல்லையத் தாண்டி ரொம்ப தூரம் போயிருங்கடி.. இல்லேன்னா.. இல்லேன்னா..”

“தாய் மக ரெண்டு பேத்துல ஒருத்தர் தாண்டி இருப்பீங்க.. காவு கேட்குதடி.. காவு.. போயிருங்க.. போயிருங்க.. போனீங்கன்னா.. இளங்குருத்துக்கு மாங்கல்யம் தானா வந்து சேரும்.. உயிரும் பிழைக்கும்..”

“என்னடி.. நான் சொல்றேன்.. எதுவுமே பேசாம நிக்கற .. செய்யறியா..?”

“செய்யறோம் ஆத்தா.. செய்யறோம்..” என்றபடி விழுந்து கும்பிட்டார்கள் அந்தத் தாயும், மகளும்.. தடாரென்று சத்தம் கேட்டது.. நாகம்மா அக்காதான் தரையில் சாய்ந்திருந்தாள்..

“சாமி மலையேறிருச்சு..” என்றபடி கூட்டம் கலைந்தது.

“ஏண்டி.. நீ எதுக்கடி அங்க போன..” என்று திட்டினாள் பாட்டி...

“பாட்டி .. போரடிக்குது.. அப்படியே ஒரு ரவுண்டு போயிட்டு வந்திர்ரேன்..” என்றேன் மாலையில்..

“போயிட்டு வா... ஆனா ஊருக்குள்ளேயே பார்த்துட்டு வந்துரணும்.. பொழுது சாய கரட்டு மேட்டுப் பக்கமோ, பிடாரி கோவில் பக்கமோ போகக் கூடாது..”

“சரி பாட்டி..” என்றவளுக்கு போனால் என்ன..? கரட்டு

மேட்டில் சூரியன் மறைவது அழகாகத் தெரியும் .. நிறைய போட்டோ எடுக்கலாம் .. என்று மனதிற்குள் நினைத்தபடியே கையில் செல்போனுடன் நடந்தேன்..

மாலை விழுந்து கொண்டிருந்தது. பொதுவாக அமாவாசை விசேஷ நாட்கள் தவிர மற்ற நாட்களில் ஜனநடமாட்டம் மாலை நேரங்களில் இருக்காது.. உக்கிர தெய்வம் என்பதால் பயம்..

பூசாரி மட்டும் ஐந்து மணிக்கே வந்து தீபம் ஏற்றி தீபாரதனை காட்டி விட்டு நடையைக் கட்டி விடுவார்.

மெதுவாக கரட்டு மேட்டின் கொஞ்ச தூரத்திற்கு போய் புகைப்படம் எடுத்தவள் அப்போது தான் அவளைப் பார்த்தேன்.. வேக வேகமாக பிடாரி கோவில் பக்கம் போய்க் கொண்டிருந்தாள்..

.."நாகம்மா அக்கா எங்கே இந்த நேரத்தில்.. அதுவும் இவ்வளவு வேகமாக .. ஒரு வேளை மீண்டும் சாமி வந்து விட்டதோ ..?" என்று உற்றுப் பார்த்தேன்.. நன்றாக நடப்பதாகத்தான் தோன்றியது..

அவள் வேகம் மனதிற்குள் ஆவலைத் தூண்ட மெதுவாக இறங்கி பிடாரி கோவிலுக்குப் போனேன்..

கருவறை முன் படியில் உட்கார்ந்திருந்தாள். உள்ளே ஒரே சுடர் பிரகாசித்துக் கொண்டிருக்க மங்கலான வெளிச்சத்தில் கையில் சூலத்துடன் நின்று கொண்டிருந்தாள் பிடாரி..

கருப்பு உருவத்தில் வாயில் சின்னதாக நீண்ட பற்களுடன் அந்த வேளையில் பிடாரியைப் பார்க்க லேசான பயம் வந்தாலும் அதைவிட நாகம்மாக்கா.. "டாய் யாரது மறைஞ்சு பாக்கறது .. வெளில வா.." என்று சத்தம் போடுவாளோ..? என்றுதான் உள்ளே அதிகமாக திக்.. திக் என்றது.

கண்ணில் கண்ணீர் ஊற்றாக வழிய மெல்லிய குரலில் முணுமுணுத்துக் கொண்டிருந்தாள் அக்கா.. ஒரு வேளை

பாடுகிறாளோ..?! நான் நின்ற இடத்தில் இருந்து அவள் என்ன சொல்கிறாள் என்று கேட்க வில்லை..

பரிதாபமும் ஆர்வமுமாக இன்னும் கொஞ்சம் முன்னே சென்று தூண் மறைவில் நின்றேன்.. இப்போது அவள் பேசுவது இல்லை புலம்புவது மெலிதாகக் கேட்டது.

"மன்னிச்சுக்கோ.. நான் என்ன செய்வேன்.. எனக்கு வேற வழி தெரியல.. அந்த குடி கெடுக்கற.. .." என்ற வார்த்தைகள் துண்டு துண்டாகக் கேட்டன..

சட்டென்று காலையில் பார்த்த அந்த இளம்பெண்ணும்.."...அதான் பொன்னானும்.."னு இழுத்த பாட்டியின் குரலும் ஞாபகத்திற்கு வந்தன.

சத்தமே இல்லாமல் வெளியே வந்து விட்டேன்.

யாரிடமும் நான் பார்த்ததை கேட்டதைச் சொல்லாமல் ஊருக்குத் திரும்பினேன்.

அடுத்த விடுமுறைக்கு என்னைப் பார்க்க வந்திருந்த பாட்டி என் அம்மாவிடம் சொல்லிக் கொண்டிருந்தாள்.."நாகம்மா இப்பல்லாம் சாமியாடறதில்ல.. புள்ளையாண்டிருக்கா .. "

ஆராயி ● விஜி முருகநாதன்

5. எங்கிருந்தோ வந்தான்

அந்த அறையின் முன் அவர்கள் நின்றார்கள். பார்த்தவுடனேயே "நாங்கள் செல்வந்தர்கள்.." என்று பறை சாற்றும் தோற்றம். ஆனாலும் முகத்தில் குழப்பமும், கவலையும் மிகுந்திருந்தது.

அறைக்கு உள்ளே அவர்களின் அப்பா தொழிலதிபர் செல்வரங்கம் உடல் நிலை சரியில்லாமல் படுத்துக் கொண்டு இருந்தார்..

சற்று முன் அவர்களைக் கூப்பிட்டு அனுப்பிய அந்த மருத்துவமனையின் தலைமை டாக்டர்.ராஜசேகர்.அவர்கள் குடும்ப நண்பரும் கூட..

"வேற வழியில்ல.. மாற்றுச் சிறுநீரகம் ஒன்னுதான் வழி. நீங்க யாராவது டோனராக இருக்கீங்களா..? இல்ல.. வெளியில இருந்து யாராவது டோனர் ஏற்பாடு செய்றீங்களா..?முடிவு பண்ணிக்கோங்க" என்றார்.

அதுதான் அவர்கள் குழப்பத்திற்கும் கவலைக்கும் காரணம்.. எப்படியாவது அவரைக் காப்பாற்றி ஆக வேண்டும்.. மிகப்பெரிய தொழில் சாம்ராஜ்யம் அவருடையது..

பெரியண்ணன் தொண்டையைக் கனைத்துக் கொண்டு கேட்டார்.. "ஏண்டா..! நான் சிறுநீரகம் கொடுத்தால் தொழிலைக் கவனிக்க முடியாது.. உங்க ரெண்டு பேர்ல யாராவது கொடுங்க.." என்றார்..

ஆராயி ● விஜி முருகநாதன்

“அண்ணே.. அது எப்படிண்ணே.. இப்போது தான் எனக்கு கல்யாணம் ஆகி இருக்கு.. இன்னும் குழந்தை பிறக்கலை.. நாளைக்கு எதாவது பிரச்சினைன்னா..”?!

“அண்ணே.. எனக்கு இன்னும் கல்யாணமே ஆகலை..”

சிறிது நேரம் தலை குனிந்து மௌனமாக இருந்தவர் .. “அப்ப சரி..டாக்டர் அங்கிள்கிட்ட சொல்லி வேற டோனர் பார்க்க வேண்டியதுதான்..”

தன் முன் வந்து நின்ற அவர்கள் சொன்ன விஷயத்தைக் கொஞ்சம் கசப்புடனே விழுங்கிக் கொண்ட டாக்டர் ராஜசேகர்..

“உங்கப்பாவோட பிளட் குரூப் ரொம்ப ரேர் .. முயற்சி பண்ணி பார்க்கலாம்.. இருந்தாலும் நீங்க யாராவது கொடுக்கிறதுதான் சேஃப். மறுபடி யோசியுங்க.. படிச்சவங்க.. உங்களுக்கு நான் சொல்ல வேண்டியதில்லை..”

..”ஓ.கே.அங்கிள் என்றபடி வெளியே வந்தார்கள்..”

குளத்தூர் கிராமம்..

வயல் வெளியில் வேலை செய்து கொண்டிருந்தான் முருகன்.... “ட்ர்..ட்ர்..” என்ற சத்தம் கேட்டு நிமிர்ந்து பார்த்தான்.. சிறுவன் முத்துப்பாண்டிதான் அப்படி சத்தம் கொடுத்துக் கொண்டு இருந்தான்..

“ஏலே.. என்ன..?”

“உன்னய கையோடு கூட்டிட்டு வரச்சொல்லி காளியண்ணன் சொன்னாரு.. எதோ முக்கியயமான விஷயமாம்..”

சொன்னவன் மீண்டும் ட்ர்.. ட்ர் சத்தம் எழுப்பிக் கொண்டே ஓடி விட்டான்.

ஆராயி • விஜி முருகநாதன்

"காளிமுத்து அண்ணனா..?! யாருக்காவது ரத்தம் கேட்பாங்களா..? இருக்கும்.." அவனுடைய ரத்தம் எதோ அபூர்வ வகையாம்.. அதனால் யாருக்காவது தேவைப்பட்டால் கூட்டிக்கொண்டு போவார்கள்..

எப்போதாவது டாக்டர் வந்து போகும் அந்த கிராமத்தில் இருக்கும் அரசு ஆஸ்பத்திரியில் எல்லாமானவர் காளியண்ணன்தான்..

தன் முன் மூச்சிரைக்க வந்து நின்றவனை.. "ஏலேய்..உட்காருடா.." என்றவர்.. "அதிர்ஷ்டக்காரன்டா நீ.." என்றார்..

"என்ன சொல்றீங்க அண்ணே.."

.."பட்டணத்துல ஒரு பணக்காரருக்கு சிறுநீரகம் கெட்டுப் போச்சாம்.. மாற்று சிறுநீரகம் வேணுமாம்.. இப்பதான் தகவல் வந்தது.. எனக்குத்தான் உன்னோட ரத்தம் என்ன வகைன்னு தெரியுமே..?! அதான் உன்னையக் கூப்பிட்டு அனுப்பிச்சேன்.."

"சிறுநீரகத்த குடுத்துட்டு நான் எப்படிண்ணே ஒண்ணுக்குப் போறது.."

"அட.. கிறுக்குப் பயா.. ஒவ்வொரு மனுஷனுக்கும் ரெண்டு சிறுநீரகம் இருக்குண்டா..?!" என்றவர் ஒரு அறிவியல் பாடத்தையே நடத்தினார் அவனுக்கு..

"லேய்.. ஒரு காசு ரெண்டு காசு இல்லடா.. பத்து லட்சம் .. இன்னும் கூட மேல கொடுப்பாங்க .. நீ அடகு வச்ச நிலத்தையும் மீட்டு, கடைசிவரைக்கும் காலாட்டிட்டே சாப்பிடலாம்.. எதோ போகப் போற உசுர மீட்டெடுத்த புண்ணியமும் கிடைக்கும்.."

எல்லாவற்றையும் விட கடைசில காளியண்ணன் சொன்னது மனதில் உரைக்கவே அடுத்த நாளே புறப்பட்டு விட்டான்.

அவனுக்கென்ன சொந்தமா..?! பந்தமா..? அந்த ஊர்ல

ஆராயி ● விஜி முருகநாதன்

பஞ்சம் பொழைக்க வந்தவங்க அவன் அம்மாவும்.. பாட்டியும்.. எப்படியோ கஷ்டப்பட்டு வாங்கி விவசாயம் பண்ணிகிட்டு இருந்த நிலத்தத்தான் அவன் அம்மாவின் நோய்க்காக அடகு வைத்திருந்தான். என்ன பண்ணியும் சாந்தாவைக் காப்பாற்ற முடியவில்லை..

கடைசி மூச்சு வரைக்கும் சாந்தா.. "முருகா..எப்படியாச்சும் நிலத்த மீட்ருடா.." என்று சொல்லிக் கொண்டே போய்ச் சேர்ந்தாள்..

தன் முன்னே நின்ற அந்த கிராமத்து இளைஞனை ஏறிட்டுப் பார்த்தார் ராஜசேகர்.

"உட்காருப்பா.. காளிமுத்து எல்லாம் சொல்லி அனுப்பினார் தானே.. எந்த பிரச்சினையும் வராது.. அப்புறம் ஒத்துகிட்டு பின் வாங்கக்கூடாது.."

"இல்லைங்க.. அப்படியெல்லாம் செய்ய மாட்டேன்.." சொல்வதற்குள் நா வறண்டது.. முருகனுக்கு..

பலராமன்.. கூப்பிட்ட குரலுக்கு வந்து நின்றவரிடம் ரூம் நம்பர் 392ல் அட்டெண்டர்ஸ் இருப்பாங்க.. கூட்டிட்டு வாங்க என்றார்.

சற்று நேரத்தில் தட்டப்பட்ட கதவின் வழியாக வந்து நின்றார்கள் அவர்கள்..

"டாக்டர் அங்கிள்.. என்னாச்சு.. டோனர் யாராவது கிடைச்சாங்களா..?"

"ஊம் .. லக்கிலி.. இவர்தான் முருகன்.. ரெடியா இருக்கார்.. அமௌண்ட் ஃபிக்ஸ் பண்ணிக்குங்க.. டெஸ்ட் எல்லாம் முடிஞ்சப்புறம் பணத்த செட்டில் பண்ணிருங்க.."

"ஏற்கெனவே சொன்ன அமௌண்ட் தானே.. கொடுத்துர்றோம்.."

ஆராயி • விஜி முருகநாதன்

“இல்லை.. இவரோட மீடியேட்டர் கேட்டுகிட்டார்.. இவருக்கு எதோ தேவை இன்னும் ஐஞ்சு லட்சம் வேணும் னு..” மத்தவங்களா இருந்தா நான் இந்த விஷயத்தில் எல்லாம் தலையிட மாட்டேன்.. உங்கப்பா.. என்னோட பெஸ்ட் பிரெண்ட் ங்கறதுனால தான்..”

“ஓ.கே ..அங்கிள் ..”

“சரி.. அப்ப நான் டெஸ்ட் எல்லாம் எடுக்கற வரை இவரை கெஸ்ட் ரூம்ல தங்க வைங்க.. எல்லாம் ஓ.கே. ஆனப்புறம் இங்க வந்தாப் போதும்..”

மாற்றி மாற்றி டெஸ்ட்டுகள் எடுக்கப்பட்டன .. எப்படா எல்லாம் முடிந்து ஊருக்குப் போவோம்னு ஆகி விட்டது முருகனுக்கு..

“முருகன் .. எல்லாம் ஓ.கே ஆயிருச்சு.. இன்னும் ஒரு வாரத்தில் ஆபரேஷன்.. தயாரா இருங்க..” தோள் தட்டி விட்டுப் போனார் ராஜசேகர்..

“முருகன்.. இதில் ஒரு கையெழுத்துப் போடுங்க..” போட்டான்.. அப்பப்பா.. எவ்வளவு கையெழுத்து.. மனிதனின் மனதிற்கு மேல் ஒரு சாட்சி உண்டா..?! என்றிருந்தது முருகனுக்கு..

இடையில் ஒருநாள் வந்த பெரியண்ணன்..”உன் அக்கவுண்ட் நம்பர் சொல்லுப்பா..பாதிப் பணம் போட்டுர்ரேன்..”

“வேண்டாம் சார்.. எனக்கு அதெல்லாம் கிடையாது.. நான் ஊருக்குப் போறப்ப முழுப்பணமும் கொடுத்தால் போதும்..” என்றவனை ஒரு ஆச்சரியப்பார்வை பார்த்து விட்டு வெளியேறினார்..

அன்று வந்த டாக்டரிடம் ..”டாக்டர்.. ஒரு சின்ன வேண்டுகோள்.. நான் யாருக்கு டோனரா இருக்கேன்னு ..”தெரிஞ்சுக்கலாமா..?!

ஆராயி • விஜி முருகநாதன்

“கட்டாயமா.. இதுல ஒளிவு மறைவு எதுவும் இல்ல.. நானே கூட்டிட்டுப் போறேன் .. வாங்க..”

பிடுங்கப்பட்ட செடியாக வாடிப் போய்த் தெரிந்தார் செல்வரங்கம்.. தொடர் மருந்துகளால் சிறிது மயக்க நிலையிலேயே இருந்தார்..

“செல்வா.. செல்வா..” என்று டாக்டர் கன்னத்தில் தட்டவே மெதுவாக கண் திறந்து பார்த்தார்..

“இவர்தான் டோனர் உங்களுக்கு..”
என்று அறிமுகப்படுத்தவே மெல்லக் கை கூப்பினார்..

மனம் நெகிழ முருகனும் கை கூப்பினான்.

குறித்த நாளில் அறுவைச் சிகிச்சையும் முடிந்தது.. செல்வரங்கம், முருகன் இருவருமே நலத்துடன் இருந்தனர்.

அன்று முருகனைப் பரிசோதித்து விட்டு..”வெல்.. நல்லா ஆறிருச்சு.. எவ்ரிதிங் வில் பி ஓ..கே.. நாளைக்கே நீங்க ஊருக்குப் போகலாம்..” என்று தோளில் தட்டி விட்டு

அறையின் வாசலுக்குச் சென்றவர் நாளைக்கு “நீங்க ஊருக்குப் போறப்ப பணம் கையில் வந்துரும்..” என்று புன்சிரித்தார்..

அடுத்த நாள் காலை நேரமாகவே மருந்து.. வீட்டில் கடைபிடிக்க வேண்டிய உணவுப்பழக்கங்கள் எல்லாவற்றையும் சொல்லிச் சென்றாள் தாதி..

பின்னாலேயே வந்த பலராமன்.. இன்னும் ஒரு மணிநேரத்தில், செல்வரங்கம் வீட்டில் இருந்து பணம் செட்டில் செய்து விடுவார்கள் என்று சொல்லி விட்டுச் சென்றார்..

அடுத்த ஒருமணி நேரத்தில்..”என்னப்பா.. பணம் கொண்டு வந்து விட்டீர்களா..?! ..”

ஆராயி • விஜி முருகநாதன்

“கொண்டு வந்துட்டோம்..” அங்கிள்.. என்றனர் மூவரும் ..

“சரி வாங்க..”என்று அவர்களையும் அழைத்துக் கொண்டு. முருகனின் அறைக் கதவைத் திறந்த ராஜசேகர் அதிர்ந்தார்..

அந்த ஆஸ்பத்திரியில் இருந்து மூன்றாவது மைல் தொலைவில் இருந்த சிவன் கோவிலில் அமர்ந்திருந்தான் முருகன்..

அவன் கையில் ஒரு பழைய புகைப்படம்..

அதில் செல்வரங்கம் இருந்தார்..

மனதிற்குள்ளாகவே ராஜசேகரிடம் பேசத் தொடங்கினான்..

“மன்னிச்சுருங்க டாக்டர்.. உங்ககிட்ட கூட சொல்லாம வந்துட்டேன்.. அவங்க மூணு பேர் மட்டும் இல்ல.. நானும் செல்வரங்கத்தோட பையன் தான்.. எங்கம்மாவும், பாட்டியும் வேலை செய்துகிட்டு இருந்த பங்களா முதலாளி தான் செல்வரங்கம்.. அவர் மனைவி பிள்ளைப்பேறுக்கு போயிருந்த காலத்துல குடிவெறியில எங்கம்மாவ சீரழிச்சதனால உண்டான கரு நான்.. விஷயம் வெளியே வந்துரும்னு பயந்து எங்கம்மாவையும், பாட்டியையும் மிரட்டி பணம் கொடுத்து ஊர விட்டே துரத்திட்டார்..

எங்கம்மா சாகப் போற சமயத்துல இதையெல்லாம் சொல்லி யாருக்கும் இந்த விஷயம் தெரியக்கூடாது ன்னு சத்தியம் வாங்கிட்டாங்க..

கடவுளோட விளையாட்டு அவரோட உயிரையே காப்பாத்த வேண்டியதாப் போச்சு.. அந்த ஈனப் பிறவியோட பணத்த தொடக் கூடாதுன்னு தான் புறப்பட்டு வந்துட்டேன் ..” என்றவன் மனதில் வந்து நின்ற சாந்தாவிடம் ..

“ம்மா.. நிச்சயம் நான் பண்ணினத சரின்னு தான் நினைப்ப..

ஆராயி • விஜி முருகநாதன்

கூடிய சீக்கிரம் நான் உழைச்சி நம்ம நிலத்த மீட்டுர்றேன்.." என்று வேண்டியவன் அங்கிருந்த ஒரு தூணில் அப்படியே சாய்ந்தான்.

ஏதோ ஒரு நிம்மதியில் அவன் கண்கள் மெல்ல மூடத் தொடங்கின..

ஆராயி ● விஜி முருகநாதன்

6 . ஒத்துக்காதே.. மரியாதை போயிரும்

பசுஞ்சாணியின் மணம் கம்மென்று மூக்கில் நுழைந்தது மேகலாவிற்கு.

நாளைக்குத் தைப்பூசம் என்பதால் தொட்டிக்கட்டு வாசலை முத்தாவை விட்டுசாணி போட்டு வழித்துக் கொண்டிருந்தாள் பாட்டி.

நிலைப்படிகளில் உட்கார்ந்து அவர்கள் வேலை செய்வதையே வேடிக்கை பார்த்துக்கொண்டிருந்தாள் மேகலா.

“ஏம்மா, மேலத்தெரு சண்முகம் வீட்டுப் பையனுக்குக் கண்ணாலம் முடிவாயிச்சாம். உங்களுக்குத் தெரியுமா?” என்றாள் முத்தா. “உம்...உம்... சொன்னாங்க. எங்க ஓரம்பரைங்கதான்” என்றாள் பாட்டி.

‘“உங்களுக்கென்ன, மருமவ வீட்டிலயே இருக்கா. வெளியே பொண்ணு தேடற வேலை மிச்சம்” என்றாள் முத்தா. மேகலாவை ஜாடையாகப் பார்த்த பாட்டி, “ஏய், ஏண்டி நிலைக்கால்ல உட்கார்ந்திருக்க. எழுந்திருச்சு உள்ள போ” என்றாள் பாட்டி. தன்னைப்பற்றித்தான் பாட்டி ஏதோ பேசப்போகிறாள் என்று புரிந்ததால் போவது போல போக்குக்காட்டி கதவுக்குப்பின்னால் சற்று உள்ளே தள்ளி நின்று கொண்டாள் மேகலா.

“மெதுவாப்பேசு முத்தா. புள்ள காதில விழுந்தா மனசு வேற மாதிரி போயிறப்போகுது. படிக்கிற புள்ளபாரு...” என்றாள் பாட்டி.

ஆராயி • விஜி முருகநாதன்

“ஆமாம்மா. நீங்க சொல்றதும் சரிதான். இன்னும் குச்சுக்கல பாருங்க, “ என்றாள் முத்தா.

“மெதுவா வரட்டும் முத்தா. நாமெல்லாம்தான் மாசாமாசம் சீரழியறோம். அதுன்னாலும் கொஞ்ச நாளைக்கு சுகமா இருக்கட்டும். பிறகுதான் இருக்கவே இருக்குது மூட்டுச்சலையும் கொல்லைப்புறதும்” என்றாள் பாட்டி.

“ம்மா. இப்பவே சொல்லிப்பூட்டேன். தெரட்டிச்சீருக்கு பாலியெஸ்டர் சீலையும் கல்யாணத்துக்குப் பட்டுச்சீலையும் எடுத்துத் தந்திரணும்” என்றாள் முத்தா.

“ஆமாண்டி, அடியேன்னு சொல்ல புள்ளையக் காணோமாம். அதுக்குள்ள... சரி. சரி... மடமடன்னு துடைச்சுவிடு. காஞ்சுரவைக்குள்ள கோலம் போடணும்...” அதட்டினாள் பாட்டி.

உள்ளிருந்து கேட்டுக்கொண்டிருந்த மேகலாவுக்கு அடிவயிற்றில் ஜில்லென்றது. மனதுக்குள் லேசாகப் படபடத்தது.

பிளஸ்டூ வகுப்பில் அவளொத்த பெண்கள் எல்லாம் உட்கார்ந்துவிட்டார்கள். குசுகுசுவென்று ஏதாவது பேசிச்சிரிப்பார்கள். வடிவும் தனபாக்கியமும். இவள்போய் “என்னடி?” என்று கேட்டால், ‘போடி, எனக்குத் தெரியாது. ரகசியம்...” என்று சிரிப்பார்கள். மனசுக்குள் சுருக்கென்று குத்தினாலும் “சரி, சரி, நீங்களே வச்சுக்கங்கடி...” என்பாள் மேகலா.

ஆனாலும் இப்பொழுதெல்லாம் பாட்டியோ, உறவு ஜனமோ, மேகலாவையும் ஜெகன் மாமாவையும் இணைத்துப்பேசினால் உள்ளுக்குள்ளே சிலிர்த்து அடங்குகிறது அவளுக்கு.

ஜெகன் மாமா கோயமுத்தூரில் இன்ஜினியரிங் கடைசிவருஷம் படிக்கிறான். வாரஇறுதியில் ஊருக்கு வருவான். கூடவே வளர்ந்தாலும் அதிகமாகப் பேசமாட்டான் மேகலாவிடம்.

ஆராயி • விஜி முருகநாதன்

வாசல் கேட்டைத் தட்டும் சத்தம் கேட்டது. “மேகலா, மணி பன்னிரண்டு ஆயிடுச்சு. ‘தாயி’ வந்துட்டா. குண்டான்ல வச்சிருக்கிற சாப்பாட்ட எடுத்தாந்து போடு” என்றாள் பாட்டி.

ஓடிப்போய் சாப்பாட்டை எடுத்துப் போட்டாள் மேகலா. எப்போதும் போலவே எதுவும் பேசாமல் மௌனமாகவே சாப்பாட்டை வாங்கிக்கொண்டு போனாள் தாயி.

“ஏம்மா. நானும் கேக்கறம். கேக்கணும்னு நினைக்கிறது. யாரும்மா இந்தத்தாயி ? யார் வீட்டிலேயும் சாப்பிடறதில்ல. கரெக்டாஉங்கவீட்டுக்கு மட்டுந்தான் வருது. ரவைக்கும் உங்க வெளித் திண்ணைலதான் படுத்துக்குது. மத்தபடி கோயில்வாசல்ல உட்கார்ந்து கோயில் கோபுரத்தையே வெறிச்சுப்பாக்குது. சுத்த பத்தமா கோயில் குளத்துலேயே குளிச்சுக்குது. யார் காசு கொடுத்தாலும் தூக்கியெறியுது...” என்றாள் முத்தா.

“எனக்குத் தெரியாது முத்தா. நா கல்யாணமாகி மேகலா அம்மாவ வயத்துல சுமந்தநேரம். ஒருநா நம்ம வீட்டு வாசல்ல படுத்திருந்தா. யாரு, என்னன்னு கேட்டா எதுவும் பேசல. சரின்னு பாவப்பட்டு சாப்பாடு போட்டேன். அன்னிலேர்ந்து நம்ம வீட்டுச் சாப்பாடுதான்.

அவபேரு என்னன்னு கேட்டப்ப, ‘தாயி’ன்னு மணல்ல எழுதிக்காட்டினா. அப்பத்தான் அவளுக்கு எழுத படிக்கத் தெரியும்னே தெரிஞ்சது. அதுக்கப்புறம் நம்ம ஊர்சனத்துக்குக் கேக்கவா வேணும். நிறையப் பேசினாங்க. “எங்கோ தெக்கால கிராமமாம். நடுத்தர வசதியுள்ள குடும்பமாம். ஒரே பொண்ணாம். கல்யாணம் பண்ணிவச்சு ஒரேவாரத்துல புருஷங்காரன் இவள விட்டுட்டு யாரோ ஒரு பொண்ணுகூட ஓடிப்போய்ட்டானாம். அவமானந்தாங்காம ஆயி, அப்பன் ரெண்டு பேரும் நாண்டு கிட்டுச் செத்துப் போய்ட்டாங்களாம். அப்ப ஊரைவிட்டு வந்தவதானாம். என்னன்னவோ பேசினாங்க. உண்மை என்னன்னு அந்தச் சிவனுக்கும் அவளுக்கும்தான் தெரியும்.

ஒரு நா கருக்கல்ல நான் எந்திருச்சு வாசத்தெளிக்க கேட்ட நீக்கினேன். அப்பத்தான் ‘தாயி’ எந்திரிச்சு குளிக்கப்போறா.

ஆராயி • விஜி முருகநாதன்

அப்பத்தான் ஒரு பிளஷர்கார் அவபக்கத்துல வந்து நின்னுது. அதிலிருந்த ஒரு ஆள் இறங்கி அவகிட்டப் பேசினான். எனக்குக் கொஞ்சம் 'கருக்'குன்னுச்சு.

'தாயி' எதுவும் பேசலை. மௌனமா தலைகுனிஞ்சு நின்னுக்கிட்டே இருந்தா. கடைசியா ஆவேசம் வந்தவளைப்போல கீழே உட்கார்ந்து மணல்ல ஏதோ எழுதினா. அதைப்படிச்சதும் கார்ல வந்தவன் ஒரு நிமிஷம் இவளையே பார்த்தவன் வேகமா கார்ல ஏறிப் போய்ட்டான். கொஞ்சநேரம் கழிச்சு இவ அந்தப்பக்கம் போனதும் நான் போய்ப்பார்த்தேன். 'நீயெல்லாம் ஒரு ஆம்பிளையா? தூ...' என்று எழுதியிருந்துச்சு. அனேகமா வந்தவன்தான் இவ புருஷன்னு நினைக்கிறேன்" என்றாள் பாட்டி.

"சரிவிடு... அவ கதை கெடக்கு. நம்ம வேலையைப் பார்ப்போம்" என்றாள் பாட்டி.

சாயந்திரம் அம்மா, அப்பா, சின்னத் தாத்தா, பாட்டி என்று எல்லோரும் வர வீடு நிறைந்து விட்டது. அதுவும் மேகலா கோலம் போட்டு. கலர் கொடுக்கும்போது ஊரிலிருந்து வந்த ஜெகன்மாமா, "சூப்பரா இருக்கு" என்றவுடன் உற்சாகம் பொங்கியது மேகலாவிற்கு. சீக்கிரம் முடிச்சுட்டுத் தூங்கப்போடி, காலைல நாலு மணிக்கே எழுந்துக்கணும்" என்றாள் பாட்டி.

தூங்கிக்கொண்டிருந்த மேகலா ஏதோ சத்தம் கேட்டு விழித்தாள். மணிபார்த்தாள். பன்னிரண்டைக் காட்டியது.

வெளியே தாத்தா சத்தமாய்ப் பேசறது கேட்டது. ஜெகன் மாமாவின் குரலும் கேட்டது. "அப்பா நீங்க என்ன சொன்னாலும் சரி. அவதான் என்னோட மனைவி. அவளைத் தவிர யாரையும் கல்யாணம் பண்ணிக்கமாட்டேன்" என்றான் ஜெகன்.

"என்ன நினைச்சுக்கிட்டுருக்க மனசுல? வேத்த சாதியா இருந்தாலே ஒத்துக்கமாட்டேன். இதுல மதமே வேற. என் உயிரே போனாலும் ஒத்துக்கமாட்டேன்" என்று கத்திய தாத்தா,

ஆராயி • விஜி முருகநாதன்

“அதுவும் வீட்லேயே ஒரு பெண்ண உனக்காகவே வளர்த்துக்கிட்டு வர்றேன். ஒத்தப்புள்ளய பெத்து வச்சிருக்கா உங்கக்கா. நாளையும் பின்ன அவளுக்கு இந்த வீட்ல அத்து வேணாம்...” என்றார்.

“எம்பொண்ண பண்ணிக்கலைன்னாலும் பரவாயில்லை தம்பி. இப்படி மதமே வேறயா இருக்கிற பொண்ணக் கல்யாணம் பண்ணிக்கிட்டா அப்பா நம்ம சாதிசனத்துக்கு மூஞ்சில எப்படி முழிப்பாங்க?” விசும்பினாள் மேகலாவோட அம்மா.

“என்ன மருது, நீயொன்னுமே சொல்லலை?” என்றார் தாத்தா சின்னத் தாத்தாவிடம்.

“நானென்ன சொல்றதுண்ணா? தோளுக்கு மேல வளர்ந்த புள்ளைங்க கிட்ட...” என்றார் சின்னத்தாத்தா.

“யார் எது சொன்னாலும் என் முடிவு இதுதான்”என்றான் ஜெகன். ‘மளுக்கென்று உள்ளுக்குள் எதுவோ உடைந்தது மேகலாவிற்கு. அடிவயிற்றில் ‘சுளீர்’ என ஒரு வலிபரவத்தொடங்கியது.

“ஊரே சனமாக் கெடக்குது. யார் காதுலயாவது விழுந்தா என்ன செய்யறது? பொறவு பேசிக்கலாம். போய்ப்படுங்க” என்றாள். அழுகை கலந்த குரலில் பாட்டி. “என் உயிரே போனாலும் இதுக்கு ஒத்துக்கமாட்டேன்” என்றபடி சேரை ஓங்கி உதைத்துவிட்டு உள்ளே போனார் தாத்தா. ‘டொம்’ என்று வேட்டு வெடிக்கும் சத்தம்கேட்டது.

“ஏய் மேகலா... எழுந்திரு” என்றாள் பாட்டி. அவசர அவசரமாய் எழுந்து குளியலறைக்குப் போனாள் மேகலா. போனவள், “பாட்டி...” என்று அலறினாள்.

“”என்னடி ? ஊரே கேக்கற அளவுக்குச் சத்தம் போடற?” என்றபடி உள்ளே வந்த பாட்டியிடம் கனிவான குரலில் சொன்னாள் மேகலா.

ஆராயி • விஜி முருகநாதன்

“இங்க காமி...” என்றபடி பார்த்தபாட்டி. முகம் முழுவதும் பிரகாசமாக வெளியே வந்தாள். துளி சர்க்கரையை எடுத்து மேகலாவின் வாயில் போட்டவள், “அப்படி இருடி...” என்று குளியலறையிலேயே அவளை நிற்க வைத்து விட்டுப் போனாள்.

வெளியே பாட்டி விஷயத்தை அம்மாவிடம் சொல்லும் சத்தம் கேட்டதுமே, “அம்மா... அம்மா...” என்றாள் மேகலா.

“அவ கூப்பிடறான்னு உள்ளே போயிறாதே. மொதத்தீட்ட அம்மா பார்க்கக்கூடாது” என்றாள் பாட்டி.

உற்சாகக் குரல்கள் வெளியே கேட்கத் தொடங்கிய நேரத்தில் வெளியே “அரோகரா” கோஷத்துடன் தேரும் நகரத் தொடங்கியது.

கொஞ்சம் பயமாக இருந்தாலும், “அப்பாடா...” என்று இருந்தது மேகலாவிற்கு. ‘இனி ஒண்ணும் தெரியாதுன்னு சொல்லுங்கடி பார்க்கலாம்’ என்று மனதிற்குள்ளேயே சவால் விட்டாள் வடிவு கிட்டேயும் தனபாக்கியத்துக்கிட்டேயும். நாள்கள் கழித்து, “முருகர் வள்ளி தேவானையுடன் மஞ்சள் நீராடியதும் மேகலாவிற்கும் மஞ்சநீராட்டி, தெரட்டி சீர் செய்தார்கள். எல்லாம் முடிந்து ஸ்கூலுக்குப் போறப்ப ஒரு மெதப்போடுதான் போனாள் மேகலா.

அதற்குப்பிறகு எல்லாம் அமைதியாகப் போயிற்று. ஜெகன் மாமா புராஜெக்ட் விஷயமாக அலைந்து கொண்டிருந்தான். மேகலா பரிட்சைக்கு மும்முரமாகப் படித்துக் கொண்டிருந்தாள்.

அப்போதுதான் ரொம்ப நாள்கழித்து அன்று ஜெகன் மாமா வீட்டுக்கு வந்திருந்தான்.

அன்று இரவு ஏதோசத்தம் கேட்டு விழித்தாள் மேகலா.

அழுவது போன்ற குரலுடன் பேசிக் கொண்டிருந்தது ஜெகன் மாமா தான்.

ஆராயி • விஜி முருகநாதன்

“அப்பா. என்னய மன்னிச்சுருங்க. அவ என்னய ஏமாத்திட்டுப் போய்ட்டாப்பா. என்னைய விட பணக்காரன் கிடைச்சவுடனே அவன் பின்னால போய்ட்டாப்ப.” என்றான் ஜெகன்.

“சரி, சரி... வருத்தப்படாதே. அதுக்குத்தான் பெரியவங்க பேச்சைக் கேக்கணும்.” “நாளைக்கே அக்கா, மாமாவ வரச் சொல்லிப் பேசிடறேன்” என்றார் தாத்தா சந்தோஷக் குரலில்,

“நீங்க சொல்ற மாதிரியே கேக்கறேன்பா. ஆனா என் படிப்பும் அவ படிப்பும் முடியட்டும். ஒரு வருஷம் ஆகட்டும்” என்றான் ஜெகன்.

“நீ சொல்ற மாதிரியே ஒரு வருஷமெல்லாம் தள்ளிப் போடமுடியாது. மேகலாவோட பரிட்சை முடிந்ததும் கல்யாணத்த வச்சுக்கலாம்” என்றார் தாத்தா.

கேட்டுக்கொண்டிருந்த மேகலாவிற்கு உள்ளே வந்தது சந்தோஷமா? இல்லை, வேறு ஏதாவதா என்றே புரியவில்லை. ஒன்றும் புரியாத ஒரு குழப்பம் அவளைச் சூழ்ந்தது.

அடுத்தநாளே அம்மாவும் அப்பாவும் வந்துவிட்டார்கள். ‘அப்பா, நல்லா கேட்டீங்களாப்பா. நாளையும் பின்ன ஏதாவது பிரச்னைன்னு புள்ள கண்ணக்கசக்கிட்டு நின்னா என்ன பண்றது?” என்றாள் அம்மா.

“ச்சே... ச்சே... என்னக்கா... அப்படி எல்லாம் எதுவும் நடக்காது” என்றான் ஜெகன்.

எல்லோரும் சந்தோஷமாகப் பேசத் தொடங்கினார்கள்.

எல்லாவற்றையும் பார்த்துக்கொண்டும் கேட்டுக்கொண்டும் இருந்த மேகலாவிற்கு மட்டும் மனதிற்குள் ஏதோ ஒன்று உறுத்திக்கொண்டே இருந்தது.

மணி பன்னிரண்டு ஆனதும் வாசலில் ‘தாயி’ வந்த சத்தம் கேட்டது. சாப்பாட்டை எடுத்துப்போன அம்மா,

ஆராயி • விஜி முருகநாதன்

"பாப்பாவுக்கும் தம்பிக்கும் கல்யாணம். விருந்து சாப்பாடே சாப்பிடலாம்" என்றாள் சந்தோஷத்துடன்.

எப்போதும் போல மௌனமாக நகர்ந்து போனாள் தாயி. "இவ கிட்ட போய்ச் சொன்னேன் பாரு..." என்று சலித்தபடியே உள்ளே வந்தாள் அம்மா.

அடுத்த நாள் எப்பவும் போல ஸ்கூலுக்குப் போய்க்கொண்டிருந்தாள் மேகலா. பின்னால் யாரோ நடந்து வரும் ஓசை கேட்கவே திரும்பிப் பார்த்தாள். ஓடும் வேகத்துடன் 'தாயி' தான் வேகமாக வந்துகொண்டிருந்தாள்.

"நில்லு" என்று கைகாட்டினாள்.

'என்ன' என்று ஜாடையில் கேட்டாள் மேகலா.

நெருங்கி வந்தவள் மேகலாவின் முகத்தையே பார்த்தாள். "ஒத்துக்காதே, மரியாதை போயிடும்" என்றாள் ஒற்றை வார்த்தையாக.

'தாயியா பேசுறது? தாயிக்குப் பேசத் தெரியுமா?' என்று ஆச்சர்யத்துடன் அவள் முகத்தையே பார்த்தாள் மேகலா.

மீண்டும் ஒரு முறை "ஒத்துக்காதே மரியாதை போயிடும்" என்றபடி திரும்பி வேகமாக நடக்கத் தொடங்கினாள் தாயி,

போனவளையே பார்த்துக்கொண்டிருந்த மேகலா புரிந்துகொண்டாள். தாத்தா வீட்டில் நடந்த எல்லாப் பேச்சும் தாயி காதில் விழுந்திருக்கிறது என்று. கொஞ்சம் கொஞ்சமாக மேகலாவின் மனதில் உறுத்திக்கொண்டிருந்த அந்த ஒன்று தாயி சொன்ன வார்த்தைகளாக மாறத்தொடங்கின.

அன்று இரவு மேகலா அவள் அப்பாவிற்கும் ஜெகன் மாமாவிற்கும் கடிதம் ஒன்றை எழுதினாள். அதில் ஒற்றை வரி மட்டுமே இருந்தது.

அது, "எனக்கு இந்தக் கல்யாணத்தில் சம்மதமில்லை."

ஆராயி • விஜி முருகநாதன்

7. நானே நானா

தினசரி காலண்டரின் அன்றையதாளைக் கிழித்தாள் சித்ரா.

ஆவலுடன் தன் ரிஷப ராசிக்கு எதிராக என்ன போட்டிருக்கிறது என்று பார்த்தாள்.

பொறுமை என்று போட்டிருந்தது. கடகராசிக்கு எதிராக... எரிச்சல்... சரிதான்

இன்றைய நாள் அமோகம் என்று பெருமூச்செறிந்தாள்.

"ஏய் சித்ரா! எங்கடி இருக்க?" என்ற முகிலனின் குரல் கேட்கவே, பெரு மூச்சைக்கூட பாதியில் விட்டு விட்டு ஓடினாள்.

"என்னங்க!" என்றாள் சித்ரா.

"காப்பியாடி இது? கழுநீத்தண்ணி மாதிரி ஆறிக்கிக்கு? சூடேஇல்லை..." கத்தினான். "வேற கொண்டு வர்றேங்க" என்றபடி ஆறின காப்பியை எடுத்துக் கொண்டு போனவளுக்கு கோபம் பொத்துக்கொண்டு வராமல் இல்லை.

'கழுநீர்த் தண்ணியாமே... இவன் என்ன குடிச்சா பார்த்திருக்கான்...?!" கொதிக்கக் கொதிக்க காப்பியைக் கொண்டுபோய் வைத்து எழுப்பி விட்டுத்தான் வந்தாள். ம்ம்! என்றபடி. புரண்டு படுத்துத் தாங்கிவிட்டு இப்போது இவளைக் கத்துறான்.

இத்தனைக்கும் கல்யாணம் ஆகி, ஆறு மாதந்தான் ஆகிறது.

புது மணத்தம்பதிகள் இப்படியா இருப்பார்கள்? இந்த

ஆராயி ● விஜி முருகநாதன்

மார்கழிக் குளிருக்கு போர்வைக்குப் பதிலாக ஒருவருக்கொருவர் போர்த்திக்கொண்டு அல்லவா கிடப்பார்கள். இங்கே என்னடாவென்றால் கைபட்டால் குத்தம், கால்பட்டால் குத்தம்.

உணவு, உடை விஷயம் கூட இப்படி. எதிரி புதிரி தான். அவனுக்குப்பிடிக்குமே என்று சூடாக சமைத்து வைத்தால் "மனுஷன் நாக்கு வெந்து சாகிறதா?" என்று திட்டுவான். சரி என்று கொஞ்சம்முன்னாலேயே சமைத்து, வைத்தால் "ஏன் அம்மிணிக்கு சூடாக சமைக்கக்கூட நேரமில்லையோ? அப்படி என்ன ஒரு சோம்பேறித்தனம்...?" என்பான்...

சாயங்காலம் அவன் வரும் நேரம்குளித்து, அழகாக சேலைகட்டி, தலை நிறைய பூவோடு நின்றால் ஏறெடுத்துக்கூட பார்க்க மாட்டான். ஏனோ தானோவென்று இருந்தால் 'எவ்வளவு சேலை விதவிதமா அடுக்கி வச்சிருக்க? எப்பப் பார்த்தாலும் ஒரு அழுமூஞ்சிக்கலர்ல கட்டறது" என்று நக்கலடிப்பான்..

சித்ராவிற்கு அப்பா கிடையாது. முகிலனுக்கு அம்மா கிடையாது. இருவருமே ஒற்றைப் பிள்ளைகள். தூரத்துச் சொந்தம் என்பதால்நடந்த திருமணம் பகிர்ந்து கொள்ளக்கூட ஆளில்லாமல் திண்டாடினாள்.

அப்படியே இருந்தாலும் அவன் குடித்தானா? அன்றி அடித்தானா? வெறுப்பாக சிடுசிடுப்பது ஒரு குற்றம் என்று அவள் அம்மாவிடமும், அவன் அப்பாவிடமும் எப்படிச் சொல்லது?

விட்டுப் பிடிப்போம்.. என்று அமைதி காத்தாள். இருந்தாலும் மனதின்முணுமுணுப்பு அடங்கவே மாட்டான் என்கிறது. பகலில் அத்தனை திட்டு திட்டிவிட்டு இரவில் அணைப்பது ஏதோ இயத்திரத்தனமாய்க் கசந்தது சித்ராவுக்கு.

எல்லாவற்றையும் விட இரவுகளே அவளைக் கொன்றன. அன்று ஏதோ கனவுகண்டு தூக்கத்தில் இருந்து திடுக்கிட்டு விழித்தாள். பக்கத்தில்முகிலனைக் காணவில்லை. தலையைத் திருப்பி மணி பார்த்தாள். தன்சின்ன பச்சைக் கண்களை சுருட்டி பனிரெண்டு என்றது அந்த அலாரம் டைம்பீஸ்.

ஆராயி • விஜி முருகநாதன்

ஹாலில் மெல்லிய விளக்கின் ஒளி தெரியவே மெதுவாக எட்டிப்பார்த்தாள். முகிலன்தான். டேபிள் விளக்கைப் போட்டு உட்கார்ந்திருந்தான். அவன் கையில்ஒரு சிவப்பு நிற டைரி இருத்தது. நெஞ்சோடு அதை அணைத்துக் கண்மூடி அமர்ந்திருந்தவனின் கண்ணில் இருந்து மெல்லிய நீர்க்கோடு இறங்கிக் கொண்டிருந்தது.

அழுகிறானா? முகிலனா? ஏன், என்ன இருக்கிறது. அந்தடைரியில்? ஒன்றும் புரியாமல் உள்ளுக்குள் குழம்பியது, சத்தம் காட்டாது வந்து படுத்தான் அடுத்த நாள் அவன் ஆபிஸிற்குப் போனதும் ஆர்வம் தாங்கவில்லை. அடுத்தவர் டைரியைப் படிப்பது அநாகரிகம் அது கணவனே என்றாலும்... என்றெல்லாம் மனம் உறுத்தியபோதும், அவள் வாழ்க்கைப் பிரச்சினைக்கு தீர்வு அதில் இருக்கலாம் என்பதால்தேட ஆரம்பித்தாள்.

அதிகம் சிரமம் வைக்காமல் அவன் மேஜை டிராயரிலேயே சமர்த்தாக அமர்ந்திருந்தது. அந்த டைரி. மேஜை டிராயரைப் பூட்டவில்லை. அவன்தன்மேல் வைத்திருந்த நம்பிக்கையை மனதுக்குள் வியந்தவாறே டைரியைப் பிரித்தவள் அதிர்ந்து போனாள்,

அடக்கடவுளே? இதென்ன டைரி முழுவதும் ஏதோகிறுக்கல்கள். இதை வைத்துக்கொண்டா அழுதான்? புரியாமல் குழம்பிப்போய் நின்றவள்மீண்டும் ஒரு தடை அந்தப் புள்ளிகளை, உற்றுப்பார்த்தாள்.அப்போதுதான் சித்ராவிற்குப்புரிந்தது. அதுசுருக்கெழுத்து என்று..."ஐய்யோ! இப்போது என்ன செய்வது? என்று நினைத்தவள் ஒரு முடிவிற்கு வந்தாள்.

'மூன்று மாதங்கள் கழித்து அன்று ஆபீஸில் டிபன்பாக்ஸை திறந்து முகிலன் வியந்து போனான். அவனுக்குப் பிடித்த மோர்க்குழம்பும், சேப்பங்கிழங்கு ரோஸ்டும், அதுவும் மொறுமொறு வென்று அவனுக்குப் பிடித்தமாதிரி

இரவும் அவனுக்குப் பிடித்த அடையும் அவியலும்ல்அடையின்மேல் துனிவெல்லம். வெண்ணெயுடன்...

ஆராயி • விஜி முருகநாதன்

எப்படி இதெல்லாம்... மனதிற்குள் வியந்தவன். பெட்ரூமிற்கு வந்தவுடன் அதிர்ந்தே போனான். அவனுக்குப்பிடித்த பிளேவரில் ரூம்ஸ்ப்ரேயர் மணத்தது, கட்டில்விரிப்புகள், திரைச்சீலைகள் எல்லாமே அவனுக்குப் பிடித்த நிறத்தில்,

வளையல் ஓசை கேட்கவே, திரும்பிப் பார்த்தவன் பிரமிப்பின் எல்லைக்கே போனான். வாய் நிறைய வெற்றிலைச் சிவப்புடன். இடுப்பில் இருந்து இரண்டு இஞ்ச் இறக்கிக்கட்டிய பச்சை நிற மெல்லிய ஷிபான் சேலையில் தலைகொள்ளாத மல்லிகைப்பூவுடன் தேவதை போல நின்றவளைப் பார்த்தவனுக்கு பேச வாய் வரவில்லை. அப்புறம் அங்கே பேச்சுக்கும் இடமில்லை.

எப்போதும் போல் காலையில் தேதி கிழித்தவளை சித்து! சித்துக்குட்டி ! என்று கொஞ்சலாக அழைத்தது முகிலனின் குரல்...

வந்துட்டேங்க என்றபடி ஓடியவளை இழுத்து அணைத்தான்.

என்னங்க இது! காலங்கார்த்தாலயேவா? நான் குளிச்சிட்டேன்" என்று சிணுங்கினாள். "பரவாயில்லை! இன்னொரு தரம்குளி!" என்று மீண்டும் இறுக்கினான். "ஐய்யோ! இதெல்லாம் நைட் வச்சுக்கலாம். முதல்ல குளிச்சிட்டு ஆபீஸ் கிளம்புங்க! என்றாள்.

"ம்.ம்.போறேன்டி!" என்றபடியே அவள் எதிர்பார்க்காத தருணத்தில் கன்னத்தில் முத்தமிட்டு ஓடினான். போனவனையே பார்த்துக் கொண்டு நின்ற சித்ரா மனதிற்குள் தினமும் அவனுக்குத் தெரியாமல் மதியம் சென்று வந்த ஷாட்ஹேண்ட் (சுருக்கெழுத்து) கோர்ஸுக்கு நன்றி சொன்னாள்.

அதைப் படித்தால்தான் அவன் டைரியைப் படிக்க முடிந்தது. என்றோ அவன் காதலித்த மிதிலா பற்றி, அந்த காதல் கைகூடாதது பற்றி அவளை மறக்க முடியதது பற்றி, அவள் விருப்பங்கள், ரசனைகள் பற்றி, அவனின் விருப்பங்கள், ரசனைகள், அவனுக்கு மிதிலாவிடம் இருந்த மயக்கங்கள், கனவுகள் என்று எல்லாம் தெரிந்து கொண்டாள்.

ஆராயி • விஜி முருகநாதன்

அன்றிலிருந்து அவள் மிதிலாவாகவே மாறிப்போனாள். அவளைப் போலவே அவனிடம் நடந்து கொண்டாள். இப்போது அவள் வீட்டிலும் செல்லச் சிணுங்கல்கள், ரகசியக்கொஞ்சல்கள்.

அவளைக் கொஞ்சிக்கொண்டே முகிலன் ஆபீஸ் புறப்பட்டு போனதும், அறைக்குள் வந்தவள், தன் பெட்டியைத் திறந்தாள்.

அதிலிருந்து இதுவரை ஒரு வரி கூட எழுதப்பட்டாத புது டைரியைப் பிரித்தாள். அதில் முதலும் முடிவுமாக எழுதினாள்.

"என்னை நானே கொன்று கொண்டேன்".

8. பெண்மை வெல்க என்று கூத்திடடி

அவள் ஓடிக்கொண்டிருந்தாள். சுற்றிலும் ஆள் அரவமற்ற சாலை. லப்டப் இதயத்துடிப்பு அவளுக்கே கேட்டது. திரும்பித் திரும்பி பார்த்துக் கொண்டே ஓடிக்கொண்டிருந்தாள். வியர்வை, காதோரம் சொட்டுச் சொட்டாக வழிந்து கொண்டிருந்தது.

அதற்கு மேல் ஓட முடியாது. ஐய்யோ எங்கே நிற்கலாம்? அவள் பர்வை பரபரவென்று தேடியது. அந்த ஆலமரம் இருட்டில் பிசாசாக கை விரித்து நிற்க, ஒதுங்கினாள். மூச்சிரைத்தது. பெரிய பெரிய மூச்சுக்களாக எடுத்து ஆசுவாசப்படுத்திக்கொண்டாள். எட்டிப்பார்த்தாள். எதுவும் தென்படவில்லை. "அப்படி" ! என்று நெஞ்சை நீவிக்கொண்டேத் திரும்பினாள். எதிரே நீண்டது அந்தக்கை! வீல் என்று கத்திக்கொண்டே அலறித் துடித்துப் புரண்டாள் இந்து. "என்னம்மா...என்னம்மா..?" என்று பதறி எழுந்தாள் அம்மா விசாலம். கண்ணைத் திறக்காமலேயே "விட்ரு...விட்ரு!" என்று துடித்துக் கொண்டிருந்த இந்துவின் படுக்கை நனைந்தது.

"இந்து.. கண்ணைத் திறந்து பாரு அம்மாடா!" என்று கன்னத்தைத் தட்டினாள், விசாலம்.

திக் என்று கண்ணைத்திறந்த இந்து, மலங்க மலங்க விழித்தாள். பின் ஈரத்தை உணர்ந்து கண் கலங்கியவள், "மன்னிச்சுரும்மா" என்றாள்.

"பரவாயில்லைம்மா. நீ என்ன வேணும்னா செய்யற" என்றவள், 'எழுந்திருச்சு டிரெஸ் மாத்திக்கிட்டுப் படுறா" என்றாள்.

ஆராயி • விஜி முருகநாதன்

இந்து எழுந்து துணி மாற்றிக் கொள்ளச் சென்றவுடன், அவள் படுத்திருந்த போர்வையை எடுத்து வாளியில் போட்டவள், “இறைவா... இதென்ன சோதனை?” என்று பெருமூச்செறிந்தாள். காலையில் வாளியில் கிடந்த போர்வையைப் பார்த்த மாமியார் அம்புஜம், “என்ன விசாலம்... ராத்திரியுமா?” என்றார்.

“ஆமாம்மால் தெய்வம் என்னைக்குக் கண்திறக்கப்போகுதோ?” என்றாள். “எல்லாம் உங்களால தான்.. அன்னைக்கு மலைக்கு சிநேகிதிகளோட போறேன்னு சொன்னப்பவே நான் வேண்டாம்னு சொன்னேன். நீங்கதான் செல்லம் கொஞ்சி அனுப்பிவச்சீங்க” என்றாள் விசாலம்

“நீ என்ன பேசற விசாலம்? அவ என்ன சினிமா, டிராமான்னு சுத்தறதுக்காபோறேன்னு சொன்னா. பத்தாவது முடிச்ச குழந்தை பரீட்சை முடிந்து, கூடப்படிக்கிற பொண்ணுங்களோட, அதுவும் அவங்க டீச்சர்கூட மலையில் ஏறிப்போய் சாமி கும்பிடப்போறேன்னு சொன்னா. நாளைக்கு காலேஜ்னு போற குழந்தை நாலு இடம் போய்ப்பழக வேண்டாமா?ன்னு அனுப்புன்னு சொன்னேன்” என்றார் அம்புஜம்.

“என்னவோபோங்க. எப்பவுமே ரொம்பப் பயந்த சுபாவம்! பாத்ரூம் கூட நைட் தனியாப் போகமாட்டா. அன்னைக்கு மலைக்கு பஸ்ல போய்ட்டு வந்தப்புறம்தான் இப்படி படுக்கையை நனைக்கிறா. அவங்கப்பாவுக்குக்கூட இன்னும் விஷயம் தெரியாது. என்ன பண்றதுன்னே புரியல. பொட்டப் புள்ளையாப் போச்சே!’ புலம்பினாள் விசாலம்.

“இன்னைக்கு வெள்ளிக்கிழமையா இருக்கு. சாயந்திரம் எல்லையம்மன் கோயில் பூசாரி கிட்டப் போய் மந்திரிச்சுகிட்டு வந்தா எல்லாம் சரியாப்போயிரும்” என்றார் அம்புஜம்.

“எல்லையம்மன் கோயிலுக்காம்மா! அந்த சாமியைப் பார்த்தாலே பயமாயிருக்கும்...” என்று நொடித்தாள் இந்து.

“அப்படி எல்லாம் சொல்லக்கூடாதடி. தப்புப்போட்டுக்கோ!” என்றாள் விசாலம்.

ஆராயி • விஜி முருகநாதன்

அந்த அந்தி வேளையில் எல்லையம்மனைவிட பூசாரியைப்பார்க்கத்தான் பயமாக இருந்தது இந்துவுக்கு.

அவள் படுக்கையை நனைப்பதைச் சொல்லாமல், கனவு கண்டு அலறுவதை மட்டுமே சொன்னாள் விசாலம்.

"ம்..ம்" என்று உறுமிய பூசாரி, தன் முன்னால் இருந்த தட்டில் விபூதியைக் கொத்தாக வேப்பிலையுடன் எடுத்து, தன் நெஞ்சில் வைத்தவர் கண்ணைமூடி இரண்டு நிமிடம் இருந்தார். கண்ணைத் திறந்தவர் அவளையே உற்றுப்பார்த்து உடலைச் சிலிர்த்தவர், "ஒண்ணும் பயப்பட வேண்டாம்! முச்சந்தியில் யாரோ சுத்திப்போட்டதைத் தாண்டியிருக்கு. அதுதான் கெட்ட கனா. இந்தாங்க, இந்த விபூதியை படுக்கப்போறதுக்கு முன்னாடி புள்ள நெத்தில வெச்சுவிட்டு, தலையணைக்கடியில வச்சிருங்க!" என்றார். பயபக்தியுடன் விபூதியை வாங்கியவள்,

தட்டில் இருபது ரூபாயைப் போட்டாள். மறக்காமல் அன்று இரவு விபூதியை எல்லைக்காளியம்மனை நினைத்து, இந்துவின் நெற்றியில் பூசி, தலையணைக்கடியில் வைத்தாள் விசாலம்.

விபூதியின் மகிமையோ என்னவோ, இரண்டு

நாட்களுக்கு கனவு வரவில்லை.

'அப்பாடா!' என்று பெருமூச்சுவிட்டார்கள் அம்புஜமும் விசாலமும்.

ஆனால், மூன்றாவது நாளே மீண்டும் கனவு வந்து படுக்கையை நனைத்தாள் இந்து. "எல்லையம்மன் விபூதிக்கே கட்டுப்படலையே!" ன்னு தன் மூத்த பெண்ணிடம் புலம்பினாள் விசாலம்.

"ம்மா. நீ எந்தக்காலத்தில இருக்கற. விபூதி, பூசாரின்னுட்டு. இதெல்லாம் சைக்காலஜிக்கல் ப்ராப்ளம்மா. இந்து இப்பலீவுலதான் இருக்கறா. அவளை என் வீட்டுக்கு அனுப்பிவை. பக்கத்து ஃப்ளாட்ல ஒரு மனோதத்துவ

ஆராயி • விஜி முருகநாதன்

டாக்டர்தான் குடிஇருக்கறா. இந்துவுக்கே தெரியாம இதைக் குணப்படுத்திறலாம்” என்றாள் பவித்ரா!

“ஏண்டி! கொண்டான் கொடுத்தான் வீட்டில இந்தப் பொண்ணு அசிங்கத்த தமுக்கடிக்கறதா!” என்று அழுதாள் விசாலம்.

“ஐய்யோ... அம்மா! ஏன் அழுற? என் மாமியார் என் நாத்தனார் வீட்டுக்குப்போய் இருக்காங்க. வர ஒரு மாசம் ஆகும். இவரும் நாளைக்கு டூர் கிளம்பறார். வர பதினைஞ்சு நாளாகும். தனியா இருக்கறதுக்கு இந்துவைத் துணைக்கு வரச் சொல்லுன்னு சொல்லிட்டேதான் இருக்கார். நீ கொண்டு வந்து விடு. நான் பார்த்துக்கறேன்” என்றாள் பவித்ரா.

மறுநாளே இந்துவை பவித்ரா வீட்டில் கொண்டு போய்விட்டு வந்தாள் விசாலம்.

முதல் இரண்டு நாள் அக்காவுடன் ஆசையாக அரட்டை அடித்த இந்துவுக்கு மூன்றாவது நாளே போரடிக்க ஆரம்பித்துவிட்டது.

“அக்கா! எதாவது புக் இருந்தாக்கொடு, இல்லைன்னா லேட்டஸ்ட் படம் சி.டி. ஏதாவது போடு” என்றாள் இந்து.

“புக்கா? வா...பக்கத்து ஃப்ளாட்ல என்னோட சிநேகிதி இருக்காங்க. அவங்க நிறைய புக்ஸ், சி.டி. வச்சிருக்காங்க. வாங்கிட்டு வரலாம்” என்று அவளை பக்கத்து ஃப்ளாட்டுக்கு அழைத்துப் போனாள் பவித்ரா.

ரேவதி, மனோதத்துவ நிபுணர்’ என்ற பெயர்ப் பலகையைப் பார்த்தவுடன், “அக்கா... டாக்டரா?” என்று கிசுகிசுத்தாள் இந்து.

“ஆமாண்டி. ஆனா, ரொம்பத் தன்மையானவ”

என்றபடியே அழைப்பு மணியை அழுத்தினாள்

ஆராயி • விஜி முருகநாதன்

பவித்ரா.

'வா பவி! வா" என்று மகிழ்ச்சியுடன் வரவேற்ற ரேவதியிடம் இந்துவை அறிமுகப்படுத்தி வைத்தாள். ரேவதியின் இதமான நட்புடன் கூடிய பேச்சு இந்துவுக்குப் பிடித்துவிட, அடுத்தடுத்த நாளில் அவளே ரேவதி இருக்கும் நேரம் பார்த்து, அவள் ஃப்ளாட்டுக்குப் போய்ப்பேச ஆரம்பித்தாள். விரைவிலேயே இருவரும் மனதுக்குப்பிடித்த தோழிகள் ஆகிவிட்டார்கள்.

அன்று அன்றைய தினசரியைப் பார்த்துக் கொண்டிருந்த ரேவதி, உள்ளே நுழைந்த இந்துவிடம், 'இவனுகளையெல்லாம், தூக்குல போடக்கூடாது. அரபு நாட்ல செய்ற மாதிரி, நடுத்தெருவுல நாய சுடுறது மாதிரி சுட்டுத்தள்ளனும்" என்றாள் கோபமாக.

"என்னக்கா! என்ன இவ்வளவு கோபம்? என்றபடி அந்த செய்தித்தாளை எடுத்த இந்து, செய்தியைப் படித்தவுடன் முகம் கருமைதட்டி மௌனமானாள்.

"என் கிட்ட வர்ற பொண்ணுங்க பாதிபேர் இதே மாதிரி பிரச்னைலதான் பாதிக்கப்பட்டு இருக்காங்க. நேத்துக்கூட ஒரு சின்னப்பொண்ணு தூக்கத்தில பயந்து அலர்றான்னு கூட்டிட்டு வந்தாங்க! மெஸ்மரைஸ் பண்ணிப்பார்த்ததுல, அந்தப் பெண்ணோட மாமனே... ச்சே..ச்சே.." என்றாள் ரேவதி.

அப்போது தான் இந்துவின் முகத்தைப் பார்த்தவள், "என்ன இந்து.? ஏன் அழற..? என்னம்மா.?" என்றாள்.

'அக்கா! அக்கா!" என்று திக்கிய இந்து சொல்லத் தொடங்கினாள்...
"அன்னைக்கு எங்களை ராஜேஸ்வரி டீச்சர் மலைக்குக் கூட்டிட்டுப் போனாங்க.." என ஆரம்பித்தாள்.

"ஏய் இந்து அங்க பாரு. ஒரு குரங்கு நம்மள முறைச்சிப் பார்க்குது" என்றாள் கோகிலா. மரத்தின் மேல் அண்ணாந்து " பார்த்த இந்து, "எங்கடி, ஒண்ணையும் காணோமே? என்றாள்.

ஆராயி • விஜி முருகநாதன்

“டீ இவளே! நான் அந்தக் குரங்கைச் சொல்லல, நம்ம பின்னாடியே வர்ற மனுஷக் குரங்கைச் சொன்னேன்!” என்றாள் கோகி.

திரும்பிப் பார்த்தாள் இந்து. அவன் தோற்றமே பொறுக்கி என்றது. சாமி கோயில் என்று கூடப்பார்க்காமல், வாயில் பீடியை புகைத்துக்கொண்டிருந்தான். கையில் ஒரு கைப்பையுடன் பார்க்கவே அருவருப்பாக இருந்தான்.

இந்துவின் வயிற்றில் சரேலென பயக்கத்தி பாய்ந்தது. கோகிலாவின் கையை இறுகப்பிடித்தவன், ‘வாடி போயிரலாம்!” என்றபடி, முன்னால் போய்க்கொண்டிருந்த டீச்சருடன் இணைந்து கொண்டார்கள்.

அன்று அமாவாசை என்பதால் பஸ்ஸில் கூட்டம் நெரித்தது. எப்படியோ அடித்துப் பிடித்து உட்கார்ந்தார்கள். டிக்டாக்! டிக்டாக்! விளையாட்டு விளையாட ஆரம்பித்தார்கள். சிறிது நேரம் சிரிப்பும் கும்மாளமுமாய்க் கழிந்தது. அப்போதுதான் தன் தோளில் எதுவோ உறுத்துவதைப் போலிருக்கவே திரும்பிப் பார்த்தாள். அந்தப் பொறுக்கி நின்று கொண்டிருந்தான். அவன் கைப்பையை வைத்து அவளை உரசிக்கொண்டிருந்தான்.

பயத்துடன், “டீ கோகி!” என்று கிசுகிசுத்தாள். திரும்பிப் பார்த்த கோகியிடம் ஜாடை காட்டினாள். “சரி, நீ இப்படிவா” என்ற கோகி இடம்மாறி உட்கார்ந்தாள்.

உட்கார்ந்தவள் அந்தப்பொறுக்கியைப் பார்த்து, ‘அண்ணா, ஹேண்ட்பாக் இடிக்குது! தள்ளிப்பிடிங்க” என்றாள். அவளை முறைத்த அவன், ஹேண்ட் பாக்கை மாற்றிக்கொண்டான்.

அவர்கள் நிறுத்தம்தான் கடைசி என்பதால் எல்லோரும் கும்பலாக இறங்கினார்கள். அப்போதுதான் அது நிகழ்ந்தது. ஒருகை இந்துவின் தாவணியின் இடுப்புப்பாகத்தில் நுழைந்து, அதற்குமேல் இருந்த அவளது உடலின் பிரத்யேகப்பகுதியை பிசைந்து அழுத்தியது.

ஆராயி • விஜி முருகநாதன்

“ஐய்யோ!' என்று குரல் கூட வரவில்லை. ஒரு ஓலம்தான் வந்தது இந்துவின் வாயிலிருந்து. எல்லோருமே இறங்கும் மும்முரத்தில் இருந்ததால் அவள்குரல் யார் காதுக்கும் எட்டவில்லை. திக் பிரமை பிடித்த மாதிரி நின்றாள். அதற்குள் அந்தப் பொறுக்கி, “தள்ளும்மா.. வழியை மறிச்சுகிட்டு நிக்கற!” என்றபடி இறங்கிவிட்டான்.

இந்து இதைச் சொல்லி முடித்ததும், “யார் கிட்டேயும் சொல்ல பயமா இருந்ததுக்கா. அம்மாவுக்குத் தெரிஞ்சா ஸ்கூலுக்கே அனுப்பமாட்டாங்க! அன்னையிலேருந்து ராத்திரியானா யாரோ துரத்தற மாதிரி, மேலே உடம்பை அமுக்கற மாதிரி கனவுவரும்கா! கத்திட்டே முழிப்பேன். என்னையும் அறியாம பெட்லேயே ஒன்பாத்ரூம் போயிருவேன்கா” என்றாள் இந்து விசும்பிக்கொண்டே.

“உங்கக் கிட்டதான் முதன் முதல்ல சொல்றேன். பவித்ரா அக்காக்கிட்டச் சொல்லிராதீங்க! “ ச்சீ.ச்சீ. நான் ஒரு டாக்டர். யார் கிட்டேயும் சொல்ல மாட்டேன்!” என்று ஆதாரத்துடன் அவளின் தலையைக் கோதினாள் ரேவதி. பிரச்னையின் நுனி தெரிந்துவிட, அடுத்தடுத்து வந்த நாட்களில் இயல்பாகப்பேசி அவளுக்குக் கவுன்சிலிங் கொடுத்தாள் ரேவதி. கொஞ்சம் கொஞ்சமாகத் தெளியத் தொடங்கிய இந்து, பவித்ரா வீட்டிலிருந்து கிளம்புவதற்குள் நன்றாகக் குணமாகிவிட்டாள்.

ஆனாலும் பச்சை ரணமாக இருந்த அந்த நிகழ்வு அவளுக்குள் ஒரு ஆறாத்தழும்பாகவே படிந்துவிட்டது. பத்தாவதில் நல்லமார்க் எடுத்து ஹையர் செகன்டரியில் சேர்ந்தாள். ஒருவருடம் எந்தப் பிரச்னையுமின்றி கடந்தது.

பிளஸ் டூ பாதி வருடம் படித்துக் கொண்டிருக்கும்போது, மீண்டும் அந்தக் கனவு வந்தது. அலறித்துடித்து எழுந்தவள், முதலில் படுக்கையைத்தான் பார்த்தாள். நல்ல வேளை அங்கே ஈரம் எதுவுமில்லை. “அப்பாடி!” என்று பெருமூச்சு விட்டவள், ரேவதி சொல்லிக்கொடுத்த தைரிய வார்த்தைகளை மனதில் உருப்போடத் தொடங்கினாள்.

ஆராயி • விஜி முருகநாதன்

பிளஸ் 2 ரிசல்ட்வந்தது. 1100 மதிப்பெண்கள் வாங்கியிருந்தாள். எல்லோரும் வற்புறுத்தினாலும், வெளியூர் காலேஜில் சேரவிருப்பமில்லை என்றுசொல்லி, பக்கத்து ஊர் காலேஜிலேயே சேர்ந்து விட்டாள் இந்து. ஹாஸ்டலில் சேர்ந்தால் தனது குறை எல்லோருக்கும் தெரிந்துவிடுமோ என்ற பயத்தில்!

எப்பவாவது அந்தக் கனவு வர்றதும், இவ அலறி அடிச்சு அழறதும் நடந்துகிட்டேதான் இருந்தது. ஆனால், இந்து, விசாலத்துகிட்டே இந்த விஷயத்தை சொல்லவே இல்லை. இப்பல்லாம் அவ தனிரூம்லதான் படுத்துக்கிறாள்.

அன்னைக்கு காலேஜ் விட்டு வரும் போது பஸ்ஸில் கூட்டம்நெறித்தது. அப்போதுதான் அவனைப்பார்த்தாள். அவனேதான்.. அந்த மலைப்பொறுக்கி!

அவன் பக்கத்துல ஒரு ஸ்கூல் பொண்ணு நின்று கொண்டுஇருந்தாள். பஸ்ஸோட ஆட்டத்தில் அந்தப் பொண்ணோட மேல இடிக்கறதும் சாயறதுமாவே இருந்தான். இந்துவின் மனதில் இவனால், தான்பட்ட மன உளைச்சலும் கஷ்டங்களும் ஞாபகம்வந்தன..

இப்போது இந்த சிறு பெண்ணிடம் நடக்கும் பொறுக்கித்தனமும் சேர்ந்து கொள்ள, அவளுக்குள் ஆவேசமும் கோபமும் கொழுந்து விட்டெரிய ஆரம்பித்தது. தன் சீட்டிலிருந்து எழுந்தவள், கொஞ்சம் கொஞ்சமாக முன்னே நகர்ந்து அவன் பக்கத்தில் போய் நின்றாள். முகத்தை நன்றாகப் பார்த்தவளுக்கு அப்போதுதான் அவன் அந்தப்பொறுக்கி அல்ல என்பது புரிந்தது.

திடீரென டிரைவர் சடன்பிரேக் போட, முன்னால் சாய்ந்த அவன், அந்த ஸ்கூல் பெண்ணின் இடுப்பைக் கொத்தாகப் பிடித்தான்.

பார்த்த இந்துவிற்கு ஆத்திரம் பற்றிக்கொண்டு வந்தது. அதற்குள் அந்தப்பெண் அப்படியே கண்ணில் ஆவேசத்தோடு

ஆராயி • விஜி முருகநாதன்

காளிபோல திரும்பி அவன் சட்டையைக் கொத்தாகப் பிடித்தாள்! பிடித்தவள், பளார் பளாரென்று மாறிமாறி அவனது இருகன்னங்களிலும் அடிக்கத் தொடங்கினாள்.

அவன் திகைத்துப் பார்த்து ஏதோ சொல்ல முற்பட, அதற்குள் பஸ்ஸில் இருந்தவர்கள் அவனை அடிக்கத் தொடங்கினர்.

கலாட்டாவினால் பஸ்ஸை நிறுத்திவிட்டார்கள். இறங்கிய, இந்து, இன்னும் ஆவேசம் குறையாமல் நின்று கொண்டிருந்த அந்தப்பெண்ணையே பார்த்தாள். மனம் நிறைய ஒரு சந்தோஷம் வழியத் தொடங்கியது. இன்னமும் கூட்டம் அவனை அடித்துக்கொண்டிருந்தது.

நிறைந்த மனதுடன் மெதுவாக வீட்டை நோக்கி நடக்கத் தொடங்கினாள் இந்து.

ஆராயி ● விஜி முருகநாதன்

9. அம்மா

மகா கூடத்தில் நீளமாக படுத்திருந்தாள். இல்லை படுக்க வைக்கப்பட்டு இருந்தாள்..

தலைமாட்டில் காமாட்சி விளக்கு ஏற்றப்பட்டு தேங்காய் உடைத்து வைக்கப்பட்டிருந்தது.

சுஜி அவள் முகத்தையே பார்த்துக்கொண்டு இருந்தாள். மகா தூங்குவது போலதான் படுத்திருந்தாள்.

எழுந்து..''சுஜி ..! டைம் ஆச்சே புறப்படலையா..? என்று கேட்பாளோ ..'' என்றிருந்தது.

காலையில் கூட அப்படித்தான் கேட்டு விட்டு குளிக்கப் போனாள். ''ஆபீஸுக்கு டைம் ஆச்சேம்மா.. ''நான் குளிச்சிட்டு வந்திரேன்.. குட்டி தூங்குறான்..'' என்று துணிமணியை எடுத்துக்கொண்டு போனாள்.. ஐந்து நிமிடத்தில் ''சுஜி'' என்று சத்தம் கேட்டது.. இவள் ஓடிப்போய் பார்த்தாள்.

கீழே உட்கார்ந்து மகா நெஞ்சைக் கையில் பிடித்துக்கொண்டு உட்கார்ந்திருந்தாள். இவள் ஓடிப்போய் ''என்னங்க.. என்ன ஆச்சு..?''என்றாள்.

வாய் வார்த்தையாக ஒன்றும் வரவில்லை. கை மட்டும் இவள் கையை இறுகப் பிடித்தது. எதோ பேச வருவது போல வாய் துடித்தது. அவ்வளவு தான் தலை சாய்ந்து விட்டது.

நம்பவே முடியவில்லை. முதலில் இவள் மயக்கம் என்று தான் நினைத்தாள்...''தியாகு! ..தியாகு..!''

ஆராயி ● விஜி முருகநாதன்

என்று சத்தம் போட்டாள். தியாகு வந்து பார்த்த பிறகு தான் தெரிந்தது. மகா போய் விட்டாள் என்று.. பூ மாதிரி உயிர் பிரிந்து விட்டது என்று..

பக்கத்தில் ஒரு நாற்காலியில் எந்த வித அசைவுமில்லாமல் மகாவின் முகத்தை விட்டு இம்மியளவும் பார்வையை விலக்காமல் அப்படியே ஜடம் போல உட்கார்ந்திருந்தார் ஈஸ்வரன்..

அவரைப் பார்க்க பார்க்க வயிற்றில் தீப் பிடித்த மாதிரி இருந்தது சுஜிக்கு..

"ஐய்யோ.. அப்பா..எப்படித் தாங்கப் போகிறீர்கள்..?!"

மகாவின் உதடுகள் சற்று நீளமாக இருக்கும்.. பழைய நடிகை வைஜெயந்தி மாலா போல.. அதனால் எப்போதும் புன்சிரிப்பது போலவே தோன்றும்.. இப்போதும் சாவின் கடைசி நிமிட எந்த வேதனையும் இல்லாமல் சிரிப்பது போலவே இருந்தது முகம்..

தியாகு வந்து மேலே போர்த்த புடவை கேட்கிறார்கள் என்றார். சுஜி எழுந்து போய் மகா பீரோவைத் திறந்தாள்.. இதுவரை அவள் திறந்து பார்த்ததில்லை.. எவ்வளவு புடவைகள் வைத்திருக்கிறாள்..எந்தக் கடையில் வாங்குகிறாள் என்று எதுவும் தெரியாது.. தெரிந்து கொள்ள விருப்பப்பட்டதும் இல்லை..

ஆனால் மகாவிற்குப் பிடித்த நிறம் சிவப்பு என்பது மட்டும் தெரியும்.. அவளின் பெரும்பாலான புடவைகளில் அவள் அந்த நிறத்தைப் பார்த்திருக்கிறாள்.

ஏன் முதன்முதலாக அப்பாவுடன் அந்த வீட்டிற்கு வந்த போது கூட சிவப்பு நிறப் பட்டுப்புடவை தான் அணிந்திருந்தாள்.

அப்போது சுஜிக்கு பத்து வயதிருக்குமா..?! இருக்கும் ..அப்பா..ஒரு நாள் அவளை மடியில் தூக்கி வைத்துக் கொண்டு கேட்டார்..

ஆராயி ● விஜி முருகநாதன்

குரல் சின்னதாக வந்தது .. தயக்கத்துடன் வந்தது .

.."சுஜிக்குட்டி.. உனக்கு அம்மா வேணுமாடா..?" என்றார்..

இவள் வேண்டாம்பா.. நீயே போதும் ..

"..இல்லடா.. அப்பாவுக்கு ரொம்பக் கஷ்டமா இருக்கு.. பாதி நாள் சமையல் குளறுபடியாகி ஹோட்டல் ல வாங்க வேண்டி இருக்கு.."என்றார்.

சுஜி கண்ணகல அவரைப் பார்த்து .."பரவாயில்லை ப்பா..நீயே போதும்.."என்றாள்.

இல்லடா..உனக்குப் புரியலை . இப்ப சின்னப் பொண்ணா இருக்க.. வளர வளரத் துணை வேணும்ல்ல..! உனக்குன்னு ஒரு சித்தியோ, அத்தையோ, பாட்டியோ யாரும் இல்லையே..?!.. இருந்தா அப்பா இப்படி ஒரு முடிவுக்கு வர மாட்டேன் ..ப்ளீஸ் டா..!"

அவள் முகத்தையே பார்த்தவள்.."டக்" என்று மடியை விட்டு இறங்கினாள். மனதினுள் கனமான முடிச்சாக எதோ ஒன்று விழ.. "ம்"என்றவள் அதற்கு மேல் ஒரு வார்த்தை பேசவில்லை..

அதற்கப்புறம் ஒரு மாதத்தில் அப்பா மகாவிற்கு மருதமலையில் தாலி கட்டி பதிவுத் திருமணம் செய்து அழைத்து வந்து விட்டார்..

அடுத்த நாள் மாலையே சின்னதாக வீட்டில் அலுவலக நண்பர்களுக்கு ஒரு விருந்து கொடுத்தார் ..

அன்று சுஜி பள்ளியில் இருந்து வரும்போது வாசலில் நிறைய காலணிகள் கிடந்தன.. உள்ளே பலர் பேசும் குரல்கள் கலந்து கேட்டன.

சுஜி..! அதுவரை அந்த வீட்டில் அப்படிச் சத்தங்களை

கேட்டதில்லை.. அம்மா அவளைப் பெற்றவுடன் போய் விட்டாள்.. அவளுக்கு நினைவு தெரிந்து எல்லாமே அப்பாதான்.. அவளைக் குளிப்பாட்டி, தலை சீவி பள்ளிக்கு அனுப்பியது என்று சகலமும் ஈஸ்வரன் தான்.

அதென்னவோ அவர்கள் வீட்டுக்கு அம்மாவின் உறவினர்கள் என்றோ அப்பாவின் சொந்தக்காரர்கள், சிநேகிதர்கள் என்றோ, யாரும் வந்தது கிடையாது. பள்ளியில் மற்ற பெண்கள் சித்தி, பாட்டி என்றெல்லாம் பேசும் போது ஏக்கமாக இருக்கும் ..

சுஜி இதைப்பற்றி கேட்கும் போதெல்லாம் ஈஸ்வரன் எதுவும் சொன்னதில்லை.. புன்னகைத்து விட்டு பேச்சை மாற்றி விடுவார்..

அவள் வளர்ந்த பிறகு தெரிந்து கொண்டாள். அவளைப் பெற்றவர்கள் அவர்களைப் பெற்றவர்களை எதிர்த்து காதல் மணம் புரிந்து கொண்டு வேறு ஊருக்கு வந்து விட்டார்கள்.. அதனால் தான் யாரும் அவர்கள் வீட்டுக்கு வருவதில்லை என்று..

உள்ளே வந்த அவளைப் பார்த்த எல்லோர் பேச்சும் நின்றது. அப்பாதான் "சுஜிக்குட்டி வந்துட்டாயா.." என்று அவளைத் தூக்கினார்.. பக்கத்தில் நின்றிருந்த மகா பெரிய பொட்டில் தலை கொள்ளாத பூவுடன் , முதல் நாள் அணிந்திருந்த அதே சிகப்பு நிறப் பட்டில் அழகாக இருந்தாள்..

"வாடா..!" என்று இழுத்து அணைத்துக் கொண்ட மகாவிடமிருந்து மெல்லிய செண்ட் வாசனை அடித்தது .

அவள் அணைப்பிலிருந்து நழுவியவள் உள் அறைக்கு ஓடி விட்டாள்.. அப்படியே தூங்கி விட்டவள் விழிக்கும் போது அவளின் இருபுறமும் மகாவும் அப்பாவும் படுத்திருந்தார்கள்..

ஒரு வாரம் அமைதியாகக் கழிந்தது..

ஒருநாள் அப்பா அவளை மடியில் அமர்த்திக் கொண்டார். எப்போதும் போல் அவர் கை அவள் உள்ளங்கையை நீவிக் கொடுத்தது..

ஆராயி • விஜி முருகநாதன்

"..ஏண்டா ..! மகாவை நீ அம்மான்னு கூப்பிட மாட்டேங்கற.. அவளும் நம்மைப் போலதான் ..அவளுக்குன்னு யாரும் இல்லை.."... சொன்ன அந்தக் குரலில் இருந்தது வேதனையா..?! இல்லை இயலாமையா..!? எதோ ஒன்று மனதை அசைக்க அன்றிலிருந்து அவரிடம் மகாவைப் பற்றிக் குறிப்பிடும் போது மட்டும் "அம்மா"என்று சொல்லத் தொடங்கினாள்..

ஆனால் மகாவை எப்போதும் அம்மா என்று கூப்பிட்டதில்லை.. கூப்பிடவும் தோன்றவில்லை..

இத்தனைக்கும் மகா அவளிடம் ஒருநாள் மூஞ்சி சுளித்ததில்லை.. கண்ணு.. சுஜி தவிர வேறு சொல்லிக் கூப்பிட்டதில்லை..

சுஜியைப் பொறுத்தவரை மகா அவளுக்கும் அப்பாவுக்கும் இருந்த ஆழமான உறவுக்கு இடையே வந்தவள்.. அப்படி ஒரு நினைவு அவளுள் ஆழமாகப் பதிந்து விட்டது.

வளர வளர அது குறையவும் இல்லை.. அதுமட்டுமல்ல வயதுக்கு வந்தபிறகு ஆமாம்/இல்லை என்ற ஓரிரு வார்த்தைகள் தவிர மகா, அப்பா இருவரிடமும் அதிகமாகப் பேசாமல் இருக்கவும் பழகிக் கொண்டாள்.

முதலில் இவளின் போக்கு இருவரையும் சங்கடப்படுத்தினாலும் பழகிக் கொண்டார்கள்.அவ்வப்போது ஈஸ்வரன் மட்டும் அடிப்பட்ட பார்வையோடு பார்ப்பார்.

அந்தப் பார்வையின் தீட்சண்யம் சுட்டாலும் மௌனமாகவே நகர்ந்து விடுவாள் சுஜி.

அவளை ரொம்பப் பிடித்துப் போய் தியாகு வந்து பெண் கேட்ட போது இவளிடம் குரல் உயராமல் சொன்னார். "பையன் நல்லவன் தான்மா..! ஆனால் பெற்றவர் உற்றவர் இல்லாததுதான் சங்கடமாக இருக்கிறது. நம் வீட்டில் தான் எனக்கு, உன் அம்மாவிற்கு, மகாவிற்கு என்று யாரும் இல்லாமலேயே போய் விட்டார்கள்.

ஆராயி • விஜி முருகநாதன்

உனக்காவது நாலு சொந்தபந்தம் இருக்க வேண்டும் என்று ஆசைப்படுகிறேன்மா ..” என்றார்.

தியாகு சுஜியின் மனதில் ஏற்கனவே கனமாக விழுந்திருந்தாலும் மௌனமாகவே வந்து கட்டிலில் படுத்திருந்தாள். அவளின் தலையை வருடியது ஒரு கரம் .மகாதான்.

அதற்கப்புறம் மகா அப்பாவிடம் என்ன சொன்னாளோ..?! அப்பா கல்யாணத்திற்குச் சம்மதித்து விட்டார்..

மகா இதில் மட்டும் அல்ல. அவள் வீட்டுக்கு வந்த நாளிலிருந்து சுஜியின் விருப்பத்தை துல்லியமாகக் கணித்து விடுவாள்.அவளுக்குப் பிடித்ததாக பார்த்துப் பார்த்து சமைப்பாள்..

தியாகு வந்த பிறகு அவருக்குப் பிடித்ததாக இருசமையலாக செய்ய ஆரம்பித்தாள்.. தியாகு “சுஜிக்கு செய்வதே போதும்..”என்றாலும் “இதெல்லாம் ஒரு வேலையா..?”என்று விடுவாள்.

சுஜியின் மௌனத்தால் எப்போதும் மௌனமாகவே இருக்கும் வீடு,மெல்ல மெல்ல தியாகுவின் வருகையினால் கலகலப்பானது. அதற்கு முன்பும் சில சமயங்களில் கலகலவென்று அவள் தோழி கோகிலா வரும் போது இருந்ததுண்டு.. வற்றாத ஜீவநதி போன்ற பேச்சு அவளுடையது.

சுஜியின் ஒரே தோழி. பள்ளிப்பருவத்திலிருந்து அவள் மட்டும் தான் சிநேகிதி.. சுஜியின் மௌனங்களுக்கும், புன்னகைக்கும் அவளுக்கு மட்டுமே அர்த்தம் தெரியும்..

வீட்டுக்கு வந்து விட்டால் வாய்க்கு வாய் மகாவை “அம்மா.. அம்மா..”என்பாள்.எப்படித்தான் இப்படி ருசியாய் சமைக்கிறீர்களோ..?! எனக்கு கல்யாணம் பேசிவிட்டால் ஒரு மாதம் இங்கேயே டேரா போட்டு சமையல் கத்துக்குவேன்

ஆராயி • விஜி முருகநாதன்

மா..'' என்று மகாவின் கையைப் பிடித்துக் கொள்வாள்.. அப்போதெல்லாம் மகாவின் முகம் சந்தோஷத்தில் தகதகக்கும்..''கேக்கணுமா..''என்பாள்.

கோகி வரும் ஒவ்வொரு முறையும் அம்மா..அம்மா என்று சொல்லும் போதெல்லாம் ஏக்கத்தோடு சுஜியின் முகம் பார்ப்பாள் மகா.. இவள் கண்டும் காணாதது போலவே நகர்ந்து விடுவாள்..

என்ன சுஜி.. பீரோவைத் திறந்து வச்சுகிட்டு அப்படியே நிக்கறே..?! என்று தோள் தொட்டார் தியாகு..

தன்னுணர்வு பெற்றவள் சிகப்பு நிற கல்யாணப் பட்டுப்புடவையையும், அதே நிற பாலியெஸ்டர் புடவையையும் எடுத்து வந்து மேலே போர்த்தினாள்..

12:30 மணிக்கு எரிவாயு மயானத்திற்கு நேரம் வாங்கியாச்சு..!யாரிடமாவது சொல்ல வேண்டுமா..?!

கோகி..!என்றாள்..

சொல்லியாச்சு ..வந்துட்டே இருக்காங்க..

வரும் போதே கதறிக் கொண்டே வந்தாள் கோகி.. சுஜியைப் பிடித்து..''இப்படி விட்டுட்டேயேடி..''என்று உலுக்கினாள்.

யாரும் வரவேண்டி இல்லாததால் பதினொரு மணிக்கு சடங்குகள் ஆரம்பிச்சாங்க.. கோகிதான் அப்பாவிடம் இவளிடமும் மாறி மாறி அழுது கொண்டே இருந்தாளே ஒழிய சுஜி வெறுமனே மகா முகத்தையே பார்த்துக்கொண்டேதான் இருந்தாள்..

சடங்குகள் முடிஞ்சு சாமி கும்பிட்டு ஆம்புலன்ஸ் ல மகா வைக்கப்பட்டு மெதுவா நகர ஆரம்பித்தது. சிகப்பு நிற பட்டுப்புடவை போர்த்தப்பட்ட மகாவின் கால்கள் மட்டுமே பார்வைக்குத் தெரிந்து பின் அதுவும் மறைந்தது..

ஆராயி ● விஜி முருகநாதன்

அதுவரை வைத்த கண் வாங்காமல் பார்த்துக்கொண்டு இருந்த சுஜி மெதுவாக உள்ளே தன்னறைக்குச் சென்றாள்.

அங்கே நாற்காலியில் ஒரு தாம்பளத்தில் சிகப்பு நிற பனாரஸ் பட்டுப்புடவை சரிகை வேட்டி, பழங்கள் பூக்கள் எல்லாம் இருந்தன..பார்த்த சுஜிக்கு வயிற்றில் கத்தி சொருகிய உணர்வு..''ஐய்யோ.. எப்படி மறந்தேன்..?..''மேலே போர்த்தியிருக்கலாமே..?!

இரண்டு நாட்களுக்கு முன் இரவில் அறையில் தண்ணீர் தீர்ந்து விட்டது. சமையலறையில் சென்று எடுத்து வரலாமென்று போகும் போது மகாவின் அறையில் லைட் எரிந்து கொண்டு இருந்தது.. மெல்லிய பேச்சுக்குரல் கேட்டது..

இன்னுமா தூங்கவில்லை..?! என்று எரிச்சலாக நினைத்தபடி மெதுவாக நடந்தாள் சுஜி..

"இப்படி ஒரு துரோகம் உனக்கு நான் செய்து இருக்கக்கூடாது மகா..''என்றது ஈஸ்வரன் குரல்..

துரோகமா..?!என்ன சொல்கிறார் என்று நினைத்தபடியே நின்றுவிட்டாள் சுஜி..

என்னங்க நீங்க..?! இதையே எத்தனை தடவைதான் சொல்லுவீங்க..இடையிட்டது மகாவின் குரல்..

நீ ஆயிரம் சமாதானம் சொன்னாலும் உன்னைக் கல்யாணம் பண்ணிக்க நினைத்து நீ சம்மதம் சொன்னதும் நான் போட்ட முதல் கண்டிஷனே .. ''நமக்கு ஒரு குழந்தைதான்.. அது சுஜிதான்.. அதனால் நான் கருத்தடை ஆபரேஷன் செய்து கொள்வேன்..''என்பதுதான்..

சொன்னதும் நீ சொன்ன ஒரே வார்த்தை ''எனக்கு சுஜி போதும்..''ங்கறதுதான்..

ஐயோ.. நான் குற்ற உணர்வு இல்லாமல் வாழ உன் வாழ்க்கையையே அழித்து விட்டேன்.. எனக்கப்புறம் உன்

ஆராயி • விஜி முருகநாதன்

வாழ்க்கை என்ன ஆகப்போகுதோ..”புலம்பியது ஈஸ்வரன் குரல்..

“என்னங்க நீங்க.. யார் முன்னாடி போறங்கறது நம் கையிலா இருக்கிறது..? சுஜி மனசுல பாசம் இல்லேன்னா நினைக்கிறீங்க..அது எங் குழந்தைங்க..?!”தேற்றியது மகாவின் குரல்..

கேட்டுக் கொண்டு இருந்த சுஜியின் கண்களில் இருந்து மாலை மாலையாக கண்ணீர் வடிந்தது.. ஐய்யோ.. எவ்வளவு முட்டாளாக பாவம் செய்து விட்டாள்.. என்று நினைத்துத் துடித்தவள்..

யாருக்கும் தெரியாமல் அடுத்த நாளுக்கு அடுத்த நாள் வரும் மகால்ஈஸ்வரனின் திருமண நாளில் அவளுக்குப் பிடித்த சிகப்பு நிறப் பட்டுப் புடவையை கையில் கொடுத்து.. முதன்முறையாக”ம்மா “என்று கூப்பிட்டு அவளை ஆனந்த அதிர்ச்சியில் ஆழ்த்த நினைத்திருந்தாள்.. ஆனால்.. இன்று..

மீண்டும் புடவையைப் பார்த்தவளின் கண்ணில் வந்து நின்றாள் மகா..

முதன் முதலில் சிகப்பு நிறப்பட்டுப்புடவையுடன் அவளை அணைத்த மகா,ஸ்கூல் விட்டு வந்ததும் மாறி மாறி கன்னத்தில் முத்தமிடும் மகா, பார்த்துப் பார்த்து சாப்பிட வைக்கும் மகா,..”எனக்கு எல்லாமே நீதாண்டா.. “என்று தலை கோதும் மகா, குகன் பிறந்த போது வலியில் துடித்த அவளுடன் சேர்ந்து துடித்த மகா..

கடைசியாக அந்த இரவில் ‘அது எங் குழந்தைங்க..”என்ற மகா..

ஒவ்வொரு மகாவாக கண்ணிலும் மனதிலும் வர அடிவயிற்றில் இருந்து பெரிய கேவலாக எழுந்து வாய் வழியாக வெளியே வர உருத்தெரியாமல் வந்த ஓலத்துடன் “அம்மா “என்று அந்த சிகப்பு நிறப் புடவையைக் கட்டிக் கொண்டு கதற ஆரம்பித்தாள் சுஜி..

10. மீனு

நாற்காலியில் உட்கார்ந்து கொண்டிருந்த மீனுவைப் பார்க்கப் பார்க்க "பக்" கென்றிருந்தது விஜிக்கு..

கடந்த பத்து நாட்களாகத்தான் இப்படி.. எதிலேயும் ஒரு ஒட்டாத தனம். கேட்ட கேள்விக்கு ஆமாம்/இல்லை என்பது தவிர வேறு பதிலில்லை..

ஸ்கூல் விட்டு வரும் போதே அப்படி ஒரு குதியலும் சந்தோஷமாகத்தான் வருவாள்.. வேனை விட்டு இறங்கியதுமே தயாராகக் காத்திருக்கும் இவளைப் பார்த்ததுமே "ஹாய் மம்மி"என்று கூச்சலிடுவாள்..

உள்ளே நுழைந்ததுமே பாட்டி பரிமளத்தைத்தான் தேடுவாள்..

அவர் ஹாலில் இருந்தாலும் அவர் ரூமில் இருந்தாலும் "ஹாய் க்ராண்ட்மாம்" என்று கூப்பிட்டு வந்தால் தான் திருப்தி அவளுக்கு..

என்னடி! தஸ் புஸ்ன்னு.. அழகாப் பாட்டி ன்னு கூப்பிடு என்று கடிந்து கொண்டாலும் பேத்தி இங்கிலீஸ் ல அப்படிக் கூப்பிடுவதில் மகாப்பெருமை அவருக்கு..

அதேபோல் தான் மாலை வேலை முடிந்து ஈஸ்வரன் வீட்டுக்கு வந்ததும் ஓடிப் போய் டாடி என்று கத்திக் கொண்டே கழுத்தைக் கட்டிக் கொண்டு தொங்குவாள்..

ஆராயி ● விஜி முருகநாதன்

அப்படி உற்சாகப் பந்தாக துள்ளிக் குதிக்கும் பெண் இப்படி உம்மணாமூஞ்சியாக ...பெருமூச்சொன்று எழுந்தது.. விஜிக்கு

வேன் வந்த சத்தம் கேட்டு பேத்தி வந்து விட்டதை அறிந்து எட்டிப் பார்த்த பாட்டி..”ஏண்டி.. எப்ப வந்த.?”என்றார்..

ஒன்றும் பதிலில்லை மீனுவிடம்.. வெடுக்கென்ற தலை திருப்பல் மட்டுமே..

அவளின் தலை திருப்பலைப் பார்த்த பரிமளம்..,”சும்மா அழிச்சாட்டியம் பண்ணாத..உன் ஆட்டத்துக்கெல்லாம் ஆட இங்க ஆள் கிடையாது..”என்றார்..

அதற்கும் எந்த பதிலும் சொல்லாத மீனு..”ம்மா..பூஸ்ட் கொடு..” என்றாள் மீனுவிடம்..

“ஏய்.. மீனு ரவாலட்டு பிடிச்சு வச்சுருக்கேன்.. சாப்பிடு..” என்றார்.. பரிமளம்..

அம்மா.. பூஸ்ட் கொடுன்னு சொன்னேன் என்றாள் மீண்டும் அழுத்தமாக மீனு..

இதற்கு மேல் நின்றால் அந்த பூஸ்ட்டையும் குடிக்க மாட்டாள்.. என்று அவசரமாக சமையலறைக்குள் நுழைந்தாள் விஜி..

எப்போதும் மீனுவின் சத்தத்தால் கலகலவென்று இருக்கும் வீடு இப்போது வெறிச்சோடியது..

மாலை ஈஸ்வர் வந்ததும் என்ன மீனு.. என்ன பண்ற..?என்றார்..

ஹோம்வொர்க் என்று சுருக்கமாக பதில் வந்தது மீனுவிடம் இருந்து .. பாரு.. டாடி உனக்குப் பிடித்த ஹனி கேக் வாங்கிட்டு வந்திருக்கேன்.. என்றார் ஈஸ்வர்..

ஆராயி • விஜி முருகநாதன்

ஒருகணம் கண்கள் பளிச்சிட்டாலும் எதுவும் பேசாமல் மீண்டும் தலைகுனிந்து எழுதத் தொடங்கி விட்டாள்..

மனதின் வேதனையை முகம் காட்ட மேலே எதுவும் பேசாமல் உள்ளே சென்றார் ஈஸ்வர்..

பார்த்துக் கொண்டிருந்த விஜிக்கு கண்ணீர் கரை கட்டியது.

பாவம் !ஈஸ்வர் என்ன செய்ய முடியும்..? பெற்ற அவளால் தான் என்ன செய்ய முடியும்..?

அந்த வீட்டில் எல்லாவற்றின் முடிவும் பரிமளத்துடையதுதான்.. அப்பா இல்லாமல் சிறுவயதில் இருந்து தன்னை வளர்த்த அம்மா தான் முதல் தெய்வம் ஈஸ்வருக்கு.. அதை இம்மியளவும் மாற்றாத நல்ல மருமகளாகவே இதுவரை இருந்து வந்தாள் விஜியும்..

பரிமளமும் அவளைப் பெற்ற தாய் போலத்தான் பார்த்து வந்தார்..

மீனுவும் பாட்டி செல்லம்தான்..

காலையில் ஸ்கூலுக்கு போக பின்னல் போடுவதில் தொடங்கி மாலை ஸ்கூல் விட்டு வந்ததும் அவளுக்குப் பிடித்த டிபனை ஊட்டிவிட்டு என்று எல்லாவற்றுக்கும் பாட்டி வேண்டும் அவளுக்கு.. பெற்றவர்கள் கூட இரண்டாம் பட்சம்தான்.. பல நாட்கள் இரவுப் படுக்கை பாட்டியின் மீது கால் போட்டபடிதான்..

இதெல்லாம் பத்து நாட்கள் முன்பு வரை.. மீனுவின் ஸ்கூலிருந்து அந்த சர்க்குலர் வரும் வரை..

மீனு இப்போது நான்காம் வகுப்பு முடித்து ஐந்தாம் வகுப்பு போகிறாள்.. இதுவரை அவள் ஸ்கூலில் சிறப்பு வகுப்புகள் எதுவும் இல்லை.. ஐந்தாம் வகுப்பில் இருந்து தொடங்கி இருந்தார்கள்.. ஸ்கூல் விட்டதும் “அரைமணி நேரம் சிறப்பு

ஆராயி • விஜி முருகநாதன்

வகுப்புகள் வாரத்தில் மூன்று நாட்கள் நடைபெறும்.. கராத்தே பரதநாட்டியம், வீணை, ஸ்போக்கன் இங்கிலீஷ் இன்னும் பிற "விருப்பப்பட்டவர்கள் சேர்ந்து கொள்ளலாம்.. பீஸ் விபரங்கள் பின்னர் அறிவிக்கப்படும்" . .என்ற விபரத்தை மீனு சொன்னதுமே .."அட .பரவாயில்லையே..பரத நாட்டியத்திற்கென்று தனிக்கிளாஸ் போக வேண்டாம்.. ஸ்கூல்யே சேர்ந்து கொள்.."என்றார் பரிமளம்..

"போங்க.. பாட்டி.. நான் கராத்தே தான் சேருவேன்.."என்றாள் மீனு..

கராத்தேவா..! ஏண்டி.. பொம்மணாட்டிப் புள்ள யாராவது ஆ..ஊ..ன்னு கத்தி சண்டை போடுவாங்களா..?!"மரியாதையா நான் சொல்ற மாதிரி பரதநாட்டியம் கத்துக்கற வழியைப் பாரு..என்றவர்..

அப்போதே ஈஸ்வர்ல்விஜியை அழைத்துச் சொல்லி விட்டார்.. அவள் அடம்பிடிக்கறான்னு எங்கேயாவது கராத்தே ல சேர்த்தீங்கன்னா..? அப்புறம் தெரியும் சேதி..! என்றார் மிரட்டும் குரலில்..

ஈஸ்வரும் மீனுவிடம் பரத நாட்டியம் சேர்ந்துக்க கண்ணா.. பாட்டி ஆசைப்படறா.. என்று விட்டார்..

அன்றிலிருந்து தொடங்கியது பாட்டிக்கும் பேத்திக்குமான யுத்தம்..

முகம் தூக்கும் மகளிடமும் , கொஞ்சமும் தன் நிலையில் இருந்து இறங்கி வராத பாட்டியிடமும் மாட்டிக்கொண்டு இருதலைக் கொள்ளி எறும்பானார்கள்.. ஈஸ்வரும், விஜியும்..

முதல் நான்கு நாட்களில் மீனுவின் முகம் தூக்கலை விளையாட்டாக நினைத்தவர்கள் நாள் செல்ல செல்ல அது சிறிதும் குறையாததில் மிகுந்த சங்கடத்துக்குள்ளானார்கள்..

ஆராயி • விஜி முருகநாதன்

அன்றிரவு வழக்கம் போல் பாட்டியின் அறைக்குப் போகாமல் தன் அறையில் சுருண்டு படுத்திருந்த மகளைப் பார்த்தவளின் அடிவயிற்றில் இருந்து ஆயாசப் பெருமூச்சொன்று எழுந்தது..

தங்கள் அறைக்குள் வந்தவளிடம், ஈஸ்வர் .. “தூங்கிட்டாளா..?” என்றார்..

இன்னும் இல்லைங்க.. என்றாள் விஜி..

ஊம்.. என்றபடி வருத்தத்துடன் படுத்தவர்..” நாளைக்கு எலெக்ட்ரிசியன் வருவான்.. பார்த்து எல்லா வேலைகளையும் பண்ணிக்க.. “என்றார்..

சரிங்க.. என்றவளிடம் ..மீண்டும் பேரு.. மூர்த்தி ன்னு சொல்லுவான் என்றார்..

மூர்த்தியா..? தனக்குள் உறைந்தாள் விஜி..

“ஏய்.. விஜி..அம்மா கடை வரைக்கும் போய்ட்டு வர்ரேன்.. மூர்த்தி மாமா ராத்திரி ஊருக்குப் போறார்.. உப்புமா செய்ய ரவை ஆகிப் போச்சு.. வாங்கிட்டு வந்துர்ரேன்.. நீ எழுதிட்டு இரு.. என்றபடி.. கூடத்தில் உட்கார்ந்திருந்து புத்தகத்தைப் புரட்டிக் கொண்டு இருந்த மூர்த்தி யிடம்..

“செத்த இருங்கோ.. கடை வரைக்கும் போய்ட்டு வந்துர்ரேன்.. எதாச்சும் வேணும்னா விஜிகிட்ட கேளுங்கோ..” என்றாள்..

எது இருக்கோ.. அதை சாப்பிட்டுக்கறேன்.. எதுக்கு சிரமம்..?என்றார் மாமா..

அது சரி..வராதவங்க வந்துருக்கீங்க.. நானென்ன.. பருப்பும், பாயாசமுமா செய்யறேன்.. எதோ எங்களால முடிஞ்சது..? என்றபடியே நடந்து விட்டாள்..

ஆராயி • விஜி முருகநாதன்

அவள் தலை மறைந்ததும் பாவாடைக்கடியில் மறைத்து வைத்திருந்த மாங்காய்ப் பத்தையை எடுத்து பேப்பரில் இருந்த உப்பு மிளகாய்ப் பொடியுடன் சேர்த்துத் தின்றபடியே புத்தகங்களைப் பிரித்தாள் விஜி..

அப்போது தான் அவள் அருகில் வந்து அமர்ந்தார் மூர்த்தி மாமா..

"என்ன பண்றடா ..? எழுதறியா."என்றார்..

"ஆமாம் மாமா.. மாங்கா சாப்பிடறீங்களா..?" என்றாள்..

"வேண்டாம்.. நீ சாப்பிடு.. சமர்த்துக்குட்டி" என்றபடியே அவள் கன்னங்களை வருடத் தொடங்கியவரின் கை அப்படியே அவளின் கழுத்து, முதுகு என்று கடைசியாக முன்புறம் வந்து மார்புகளை வருடத் தொடங்கியது..

அனிச்சை செயலாக விஜியின் கை அவரது கையைத் டக் கென்று தட்டி விடவே, தடுமாறியவரின் முகம் அவள் வைத்திருந்த உப்பு மிளகாய்ப் பொடியில் புதைந்தது..

"ஆ"என்று கத்திக் கொண்டே தடுமாறியபடியே பாத்ரூம் நோக்கி ஓடியவர்.. முகம் கழுவிக் கொண்டு வரவும் அம்மா கடையில் இருந்து வரவும் சரியாக இருந்தது..

என்ன..? என்ன..?என்று விசாரித்தவளிடம் எதையோ சொல்லி மழுப்பினார்..

அந்தப் புரியாத வயதிலும் அவரின் தொடுகை எதோ கம்பளிப் பூச்சி ஊர்வது போன்ற அருவருப்பை பின்னாட்களில் கொடுத்து அவள் உடம்பைச் சிலிர்க்கச் செய்யும்..

இப்போதும் மூர்த்தி என்ற பெயர் கொடுத்த அந்த நினைவில் அருவருப்புடன் உடல் சிலிர்த்தவள்.., எழுந்து பாத்ரூம் போனவள் .. திரும்பி வரும்போது மீனுவின் அறையில் எட்டிப் பார்த்தாள்..

ஆராயி ● விஜி முருகநாதன்

அதுவரை தூங்காமல் போர்வைக்குள் நெளிந்து கொண்டு இருந்த மீனுவின் அருகமர்ந்து அவளின் தலை கோதத் தொடங்கினாள்..

கண் விழித்துப் பார்த்த மகளின் முகத்தைப் பார்த்த விஜி உறுதியுடன் சொன்னாள்.."நீ கராத்தேவிலேயே சேர்ந்துக்க.. பாட்டிகிட்ட நான் பேசறேன்..".....

(அமுதசுரபி ல்வை.மு.கோதைநாயகி அம்மாள் நினைவு சிறுகதைப் போட்டியில் மூன்றாவது பரிசு பெற்ற கதை.)

ஆராயி ● விஜி முருகநாதன்

11 . அப்பாவின் ஸ்நேகிதி

ராகவிற்கு மனம் ஒரு நிலையில் இல்லை..

காலையில் ஆபீஸில் வண்டியை நிறுத்தும் போதே "டேய்.. ராகவ் "என்று கூப்பிட்டபடியே வந்தான் கோவிந்த்..

என்னடா.."?

"ஏண்டா.. உனக்கு எங்க ஊர்ல எதாவது சொந்தக்காரங்க இருக்காங்களா..?"..

உங்க ஊர்ல உன்னைத் தவிர வேற யாரத் தெரியும்.. அப்படி யாராவது இருந்தா சொல்ல மாட்டேனா..?"..

"ஏண்டா..! எதுக்குக் கேட்கற..?"

"இல்லடா.. பதினைந்து நாளுக்கு முன்னாடி உங்க அப்பாவ எங்க ஊர்ல பார்த்தேன்.... "சரி.. எதாவது வேலையா வந்துருப்பாரா இருக்கும்னு நினைச்சேன்.. ஆனா எங்க ஊர்ல ஒதுக்குப்புறமா ஒரு அழகான வீடு இருந்தது.. இத்தனை நாளா மாசத்துக்கு ஒருதரம் திறந்து சுத்தம் மட்டும் பண்ணுவாங்க..

இப்பத்தான் மூணு மாசத்துக்கு முன்னாடி ஒரு லேடி குடி வந்தாங்க.. தனியாத்தான் இருக்காங்க.. பக்கத்து கிராமத்துல இருக்கற முதியோர் இல்லத்தில் வேலை பாக்குறாங்க.. இது தவிர வேறு எதுவும் அவங்கள பத்தி தெரியாது..

அந்த வீட்டு முன்னாடி தினமும் சாயந்திரம் நான் வேலை

ஆராயி ● விஜி முருகநாதன்

விட்டுப் போற சமயத்தில உங்க அப்பா வண்டி நிக்குது.. அதான் கேட்டேன்.."

ஒரு வேளை தெரிஞ்சவங்களோ ..? என்னமோ..? கேட்டுப் பாரு..

தெரிஞ்சவங்களா.. யாரா இருக்கும்..?

கடந்த பத்து நாட்களாக ராகவ் வீடு திரும்பும் போது அப்பா வீட்டில் இருப்பதில்லை.. அவனுக்கு ஆபீஸில் ஆடிட்டிங் நடப்பதால் தினமும் இரவு நேரம் கழித்துத்தான் வந்து வீடு திரும்பிக் கொண்டு இருந்தான்..

எப்போதும் அவன் வரும் நேரம் எதிர்பார்த்துக் காத்துக் கொண்டே சூடாக சமைத்து வைத்திருப்பார்.. அவன் வந்து ஃபிரெஸ்அப் செய்தவுடன் இருவரும் எதாவது கதையளந்து கொண்டே சாப்பிடுவார்கள்.. பின்னர் ஒரு மணிநேரம் டிவி பார்த்து விட்டு படுக்கப் போவார்கள்..

ஆனால் இப்போதெல்லாம் இவன் வந்து கால்மணி அல்லது அரைமணி கழித்துத்தான் வீட்டுக்கு வருகிறார்.. முகம் மலர்ந்து ஒரு புன்னகை உதட்டில் தங்கி இருக்கும்..

அவன் வர நேரம் ஆவதால் போரடித்துப் போய் எங்காவது வெளியே போய் வருகிறார் என்று எதுவும் கேட்பதில்லை..

அப்பா.. எப்பேர்ப்பட்ட அப்பா.. அம்மா புற்றுநோய் வந்து சாகும் போது சண்முகத்திற்கு நாற்பத்தி ஐந்து வயதுதான்.. சாவுக்கு வந்த உறவு ஜனங்கள் "ஏப்பா.. எத்தனை நாள் அப்பனும், புள்ளையும் தனியாவே கெடக்கறது.. கூடிய சீக்கிரம் நல்ல பொண்ணாப் பார்த்து கல்யாணம் பண்ணிக்க.." என்றபோது..

"எனக்கு ராகவேந்திரன் போதும்.. இனி கல்யாணமோ காட்சியோ எதுவும் தேவை இல்லை.." என்று திடமாக மறுத்தவர்.. கொஞ்சம் சொத்து பத்து தேறும்.. நல்ல வேலைக்குப்

ஆராயி • விஜி முருகநாதன்

போறான்.. எப்படியோ அமுக்கிப் பிடிச்சு தங்களுக்கு மாப்பிள்ளையாக்கிக்கலாம்னு நினைத்தவர்கள் அவரின் திடமான மறுப்பைக் கேட்டு காக்கை கூட்டமாய்க் கலைய ..

அப்பாவும் பிள்ளையும் ஒருவருக்கொருவர் என்றானார்கள்.. அன்றிலிருந்து இன்று வரை அவனை எதற்கும் கஷ்டப்படுத்தியதில்லை.. கஷ்டப்படவும் விட்டதில்லை..

அவனுக்குத்தான் என்னதான் அப்பாவாக அவர் தாங்கினலும் அவ்வப்போது அம்மாவின் ஏக்கம் தலைகாட்டும்.. அப்போதெல்லாம் அம்மாவின் பழைய புடவையில் முகம் புதைத்துக் கொள்வான்.. அப்பொதெல்லாம் புரிந்து கொண்டாற் போல அவன் தலையைத் தடவி விட்டு மௌனமாகி விடுவார்..

எதையெதையோ நினைத்தபடி வீடு வந்தவனுக்கு பூட்டிய கதவைப் பார்த்தவுடன் ஏகப்பட்ட எரிச்சல் வந்தது..உள்ளே நுழைந்து முகம் கழுவியவன் அம்மா புடவையில் முகம் அழுந்திக் கொண்டான்..

துவைத்து மடித்த புடவைதான் இருந்தாலும் அம்மா வாசம் வீசுவது போலவே..

மூக்கை இழுத்து விட்டவனுக்கு சட்டென்று தோன்றியது.. ஒரு வேளை .. ஒரு வேளை அப்படியும் இருக்குமோ..?! அப்பா தனது பத்து வருட தனிமையான அந்தரங்க வாழ்க்கைக்கு முற்றுப்புள்ளி வைத்து விட்டாரா..?! இல்லையென்றால் தனியாக இருக்கும் பெண்ணிற்கு ஏற்படும் நேரும் அவச்சொல் பற்றி நினைக்காமல் தினமும் போகக் கூடியவரா..? அந்தப் பெண் எப்படிப்பட்டவள்..?!

திடுமென அவனுள் தோன்றிய விதை இரண்டு நிமிஷத்தில் துளிர்த்து மரமாகவே ஆகிவிட்டது.. அரைமணி நேரத்தில் அவன் அப்படித்தான் என்று நம்பவே ஆரம்பித்து விட்டான்..

வாசலில் செருப்புச் சத்தம் கேட்டது.. அப்பாதான்.. புடவையை மடித்து உள்ளே வைத்தான்..

ஆராயி • விஜி முருகநாதன்

“ஏப்பா.. வந்து நேரமாச்சா..வேலை அதிகமா..?! முகமெல்லாம் வாடிக் கிடக்குது.. சாப்பிட்டுப் படுத்துக்கோ..! என்றவரைப் பார்த்த போது, சிறிது பரிதாபமாக இருந்தது ராகவிற்கு..

ஐம்பத்து ஐந்து வயதிற்கு இன்னும் இளமை மாறாமல் இருந்தார்.. தலை கூட டை அடிக்காமலேயே ஓரிரண்டு நரை முடிகளுடன் அழகாகவே இருந்தது..

“என்ன சுகத்தைக் கண்டார்.. அப்படியே இப்போது தேடினாலும் தவறென்ன..?”

“ஐய்யோ.. இப்போதா..?பிரேமலதாவுடன் அவன் கல்யாணம் கூடி வரும் சமயத்திலா..? இரண்டு வருடமாகக் காதலிக்கிறான். சண்முகத்திற்கும் சம்மதம்.. ஆனால் லதாதான் அவள் அக்கா கல்யாணம் முடிந்தவுடன் தான் என்று விட்டாள்..

இரண்டு மாதங்களுக்கு முன் தான் அக்கா கல்யாணம் முடிந்திருந்தது.. அடுத்த மாதம் போய் அப்பாவை பேசச் சொல்லாம் என்று நினைந்திருந்தான்.. இப்போது போய் வேண்டாதது காதில் விழுந்தால்..

ப்பா.. ப்பா.. அம்மா போனபோதே இன்னொரு கல்யாணம் பண்ணி இருக்கலாமே..?..ராகவ்வின் மனம் புலம்பியது..

“ராகவேந்திரா.. என்னப்பா.. என்ன யோசனை..?..சாப்பிடு..” என்ற சண்முகத்தின் குரலில் கலைந்தான்..

“ஏப்பா.. நாளைக்கு ஞாயித்துக்கிழமை எங்கேயாவது வெளியே போறியா..?!” என்றார் மீண்டும்..

“இல்லப்பா..”

நாளைக்கு ஒரு இடத்திற்கு என் கூட வர்றியாப்பா..”

ஆராயி • விஜி முருகநாதன்

ராகவிற்கு இருந்த அலுப்பில் எங்கே என்று கூடக் கேட்காமல் “சரிப்பா..”என்றான்..

அப்படி எப்படியும் மாதத்தில் ஒரு ஞாயிற்றுக்கிழமையை அவர்களுக்காக ஒதுக்கிக் கொள்வார்கள்.. பக்கத்து மலைக்கோவில், நண்பர்கள் வீட்டு விசேஷங்கள், ..அப்படி ஒன்றுமே இல்லையென்றால் வண்டியை எடுத்துக் கொண்டு சும்மாவாவது சுற்றி விட்டு ஹோட்டலில் சாப்பிட்டு விட்டு வருவார்கள்..

அடுத்த நாள் காலை உணவருந்தி விட்டுக் கிளம்பினார்கள்..

வண்டியை எடுக்கப் போனவனிடம் வேண்டாம்பா..! என் ஸ்கூட்டிலேயே போயிரலாம்.. நீ ரொம்ப டயர்டா தெரியற..! என்று அவனை பின்னால் உட்கார வைத்து அவரே ஓட்டினார்..

வண்டியில் போகும் போது..”யார்பா அவுங்க..?” என்று கேட்டு விடலாமா..? என்று தோன்றிக் கொண்டே இருந்தது..

ஒருவேளை அவர் “ஆமாம்பா.. தனிமை தாங்க முடியவில்லை..” என்று ஏதாவது சொல்லி விட்டால் எப்படி மறுப்பது..? என்றெல்லாம் குழம்பியவனுக்கு..

“இறங்குப்பா..! என்ற சண்முகத்தின் குரல் கேட்கவேதான் வண்டி நிற்பது தெரிந்து திடுக்கிட்டுப் பார்த்தான்.. வண்டியை ஒரு அழகான வீட்டு கேட்டின் முன் நிறுத்தி இருந்தார்..

வண்டி நிறுத்திய சத்தம் கேட்டு ஒரு அழகான பெண்மணி வெளியே வந்தார்.. அவரைப் பார்த்தவுடன் .. “இவரை எங்கோ பார்த்த மாதிரி இருக்கிறதே ..?” என்று தோன்றியது ராகவிற்கு..

இவர்களைப் பார்த்துச் சிரித்தவர் , “இருங்க.. கேட் பூட்டிருக்கு .. சாவி எடுத்துட்டு வர்ரேன்..” என்றபடி உள்ளே போனார்.

“இது யார் தெரியுதா.. நான் கூட அடிக்கடி என் சின்ன

ஆராயி • விஜி முருகநாதன்

வயசு போட்டோவில் எங்கூட ஒரு பொம்பள வேஷம் போட்ட பையன காமிப்பனே..” என்றார்..

அப்போது தான் ஞாபகம் வந்தது.. சண்முகத்திடம் இருந்த ஒரே பால்ய பள்ளிக்கூடப் புகைப்படம் அதுதான்.. அடிக்கடி அதைத் துடைத்து வைத்து விட்டு சொல்வார்.. “என்கூட பொம்பள வேஷம் போட்டவன் சௌந்தரராஜன்.. அவ்வளவு அழகா இருப்பான்.. போதாக்குறைக்கு பொம்பள மாதிரியே குரல் கூட.. அப்பல்லாம் பள்ளிக்கூடத்துல மட்டும் அல்ல.. சுத்து வட்டாரத்துல எங்க நாடகம் நடந்தாலும் இவனத்தான் கூட்டிட்டிப் போவாங்க.. திடீர்ன்னு சொல்லாம கொள்ளாம காணமா போயிட்டான்.. எதாவது சினிமாவில வேஷங் கட்டப் போயிட்டானோ..? சம்முவம்.. சம்முவம் ன்னு எம் மேல உயிராத் திரிவான்..”

ஓ.. அந்த சௌந்தரராஜன் பொண்ணு போலும் என்று நினைத்துக் கொண்டான்.. ராகவ்..

“என்னப்பா.. ஞாபகம் வந்துருச்சா.. அந்த சௌந்தரராஜன் தான் இவள்!.. பொம்பள வேஷங்கட்டினவன் நாளடைவில தனக்குள்ள ஏற்பட்ட மாற்றத்தால பெண்ணாவ மாறிகிட்டு வர்றதை வீட்டுல சொல்லிருக்கான்.. அவுங்க அடிச்சு உதைச்சதுல ஊர விட்டே ஓடி எங்கேயோ போய் இப்ப “சௌந்தரவல்லி”யா திரும்பி வந்திருக்கா..

ஒரு மாசத்துக்கு முன்னால சந்தையில பார்த்தேன்.. அவளே கவனிச்சிட்டு வந்து பேசினா.. எங்கேயோ வடக்கில இருந்தவ தமிழ் நாட்டுக்கே வரணும்னு முயற்சி பண்ணி இருக்கா.. தகுந்தாற்போல் வேலையும் கிடைக்கவே வந்துட்டா..

எல்லாக் கதையும் சொல்லிப் புலம்பினா.. “யாருமில்லை.. தனிமையில செத்துரலாம் போல கூட இருக்குன்னா.. “அதான் தினமும் சாயந்திரம் அவ வேலையை விட்டு வந்தப்புறம் வந்து கலகலப்பா நாலு வார்த்த பேசிட்டு வர்றேன்.. நீயும் “ஆண்ட்டி” ன்னே கூப்பிடு.. ரொம்ப சந்தோஷப்படுவா..

ஆராயி • விஜி முருகநாதன்

உங்கிட்ட சொல்லாம்னு பார்த்தா "நீயே நெதமும் டயர்டா வந்த.. அதான் நேர்லயே கூட்டிட்டுப் போலாம்னு.. கூட்டிட்டு வந்தேன்.. "அவர் பேசுவதைக் கேட்க க் கேட்க ராகவிற்குள் உடைந்து சிதறியது .

"ப்பா.. எப்பேர்ப்பட்டவர் நீங்கள்.. உங்களைப் போய்..?" என்றெல்லாம் அவர் கையைப் பிடித்துக் கதற வேண்டும் போல.. ஓடிப்போய் அம்மா சேலையில் முகம் புதைத்து கண்ணீர் விட வேண்டும் போல உணர்வில் தத்தளித்தவன்.. எதுவும் செய்ய முடியாமல் கேட் திறக்கும் சத்தத்தில் நிமிர்ந்தான்..

இவனைப் பார்த்து ஓடி வந்த சௌந்திரவல்லி.. "வாப்பா.. வா..என் ராசா..கண்ணா .. அப்படியே சம்முவத்தை உறிச்சு வச்சுருக்கற .." என்று கட்டிக் கொண்டாள்..

வாப்பா.. உள்ளே போகலாம்.. என்றார் சண்முகம்..

அவர் கையை இறுகப் பிடித்தபடி நடந்த ராகவ்விற்கு அவர் சட்டையில் இருந்து மெல்லிய வியர்வையுடன் வீசிய வாசம் அம்மாவின் பழைய புடவையிலிருந்து வரும் வாசம் போலவே தோன்றியது..

12. 'இட்லி' அத்தையும் 'ங்கோ' மாமாவும்

ஆழ்ந்த தூக்கத்தில் ஆழ்ந்திருந்தவளின் காதுகளில் அவள் செல்போன் ரிங்கிடும் சத்தம் கேட்டது. கண்ணைத் திறக்க முடியாமல் திறப்பதற்குள் ராகவ் எழுந்து பேசும் சத்தம் கேட்டது..

"அடடா! எப்படித் திடீர்னு" என்று குரல் கேட்கவே "டக்"கென்று விழிப்பு வந்து விட்டது.. "ஐய்யோ"என்ன ?! எதாவது கெட்ட செய்தி யா? மனம் பதறத் தொடங்கியது.

"என்னங்க! என்ன!" என்ன? தவிப்புடன் கேட்கத் தொடங்கினேன்.

மொபைலை என்னிடம் கொடுக்காமல் கையமர்த்திக் கொண்டே, "சரி! நாங்க புறப்பட்டு வந்துர்ரோம்".. என்றபடி ஆப் செய்தார்..

என்னங்க?! என்ன விஷயம்? என்றேன் பதட்டத்துடன்..

என்னருகில் வந்து என் கையை தன் கைக்குள் அடக்கியவர், "முத்துப் பெரியப்பா இறந்துட்டாங்களாம்.. காலை ல நாலு மணிக்கு நெஞ்சடைக்குது .. தண்ணி கொடுன்னு பெரியம்மா கிட்ட கேட்டாங்களாம்.கொண்டு வந்து கொடுக்கக் கொடுக்கவே உயிர் போயிருச்சாம்.. மாஸிவ் அட்டாக் போல.." என்றார்.

அலை ஒசை போல ஒரு பேரிரைச்சல் கேட்டது காதிற்குள். கண்கள் இருட்டிக் கொண்டு எல்லாமே ஒரு மோன நிலைக்குப் போனது., ஒரு நிமிடத்தில்..

ஆராயி • விஜி முருகநாதன்

சுஜி! சுஜி! என்று கன்னத்தில் தட்டவே சுய நினைவுக்கு வந்தேன்.

“என்னங்க! எப்படி? நேத்து மதியம் கூட என்கிட்ட போன்ல பேசி அத்தையைப் பத்தி கிண்டல் பண்ணிகிட்டு இருந்தாரே!” என்றேன் கண்ணீர் வடிய..

“என்ன செய்யறது சுஜி?! சாவு சொல்லிட்டா வருது..?” என்றார் ராகவ்.. சரி! கிளம்பு..? புறப்படலாம் என்று..

தூங்கிக் கொண்டிருந்த ரதி, மனோஜை எழுப்பிபுறப்பட வைத்து அரைமணியில் கிளம்பினோம்..

ஏம்மா! இப்ப எதுக்கு ஊருக்குப் போறோம்.. மண்டே டெஸ்ட் இருக்கு என்றாள் ரதி..

“ங்கோ தாத்தா சாமிகிட்டப் போய்ட்டாங்களாம்.. அதுக்குத்தான் போறோம்..” என்றேன் கண்ணீர்க் குரலில்..

“ங்கோ மாமா இல்லாத இட்லி அத்தையைக் கற்பனை பண்ணிப் பார்க்க முடியவே முடியலை.எப்படித்தான் தாங்கப் போறாங்களோ..?” என்றார் ராகவ்..

சுந்தரி அத்தை என் அப்பாவின் கூடப் பிறந்தவள். அத்தைதான் முதல் பெண் அதற்குப் பிறகு இரண்டு பெண்கள் . கடைசியாகப் பிறந்த பையன் என் அப்பா.. கடைசியாகப் பிறந்த பையன் என்பதாலோ என்னவோ அப்பா மேல் தம்பி!தம்பி! ன்னு உயிராய் இருப்பாள் அத்தை..

தம்பியின் ஒரே பெண்ணான என் மீதும் அவ்வளவு பிரியம் அத்தைக்கு மட்டும் அல்ல.. அவள் கணவர் முத்து மாமாவுக்கும் நான் தான் செல்லம்..

லீவு விட்டால் அடுத்த நாளே அவர்கள் வீட்டுக்குத் கூட்டிக் கொண்டு போய் விடுவார்கள்.

ஆராயி • விஜி முருகநாதன்

அத்தைக்கு இரண்டும் பையன்கள் என்பதால் (மூத்தவன் கணேசன், இளையவன் சண்முகம்) நான் தான் அந்த வீட்டின் மகள், மருமகள் எல்லாமே..

ஒரு நாளும் என்பெயர் சொல்லிக் கூப்பிடமாட்டார்கள். குட்டிம்மா தான்..

மாதத்தில் ஒரு முறை நான் போகும் நாளுக்காகவே காத்திருப்பார்கள்..”குட்டிம்மா! வந்துருக்கா! அவளுக்குப் பிடிச்சதா வாங்கிட்டு வர்றேன் என்று மார்க்கெட்டுக்கு மாமா பையைத் தூக்கிக் கொண்டு ஓடினால் இன்னொரு பக்கம் கணேசத்தான் சினிமாவுக்கு டிக்கெட் புக் பண்ணஓடுவார்.

அவ்வளவு அன்னியோன்யமான பாசமான குடும்பம் அத்தையுடையது.”சுந்தரி! சுந்தரி!ன்னு அத்தை பின்னாலேயே சுத்துவார் மாமா..

மார்க்கெட் போய்ட்டு வந்து காய்கறியை எடுத்து வைக்கும் போதே ரொமான்ஸ் தொடங்கி விடும்.

உன் கன்னம் போல தக்காளி என்பார்.. உன் விரல் போல வெண்டைம்பார்.. நீயே ஒரு மல்கோவா என்பார்.. நான் வாழைத்தண்டை எடுத்து இது மாமா? என்பேன்..

அதெல்லாம் உன் அத்தை கிட்ட தனியாச் சொல்லணும் குட்டிம்மா!ம்பார்..

அத்தை வெட்கத்தில் சிவந்து போய் “போதும்! போதும்! எப்பவும் சமையல் கட்டுல என்ன வேலை ..போங்கங்கோ..” என்பாள்..

அத்தை எப்போதும் மாமாவைச் செல்லமாக “ங்கோ”என்று தான் கூப்பிடுவாள்..

ஒரு பெண் குழந்தை வேண்டும் என்று அத்தனை ஆசை மாமாவுக்கு .. கணேசத்தானுக்குப் பிறகு கர்ப்பந்தரித்து மூன்று

ஆராயி • விஜி முருகநாதன்

மாதத்திலேயே போய் விட்டது. அது பெண்ணாக இருக்கும் என்று கர்ப்பம் தரித்தவுடனேயே “கற்பகம்” என்று பெயர் கூட வைத்து விட்டாராம் மாமா.. அது போனதில் அத்தனை வருத்தம் அவருக்கு.

மாமா முதலில் நான்கு பார்ட்னர்களுடன் லாட்ஜ் வைத்திருந்தார். பின் சரிபட்டு வராததால் விலகி ரியல் எஸ்டேட் பிசினஸ் பண்ணி வந்தார்..

லாட்ஜ் பழக்கத்தில் குடிப்பழக்கம் வந்து விட்டது.. அத்தை கொஞ்சங் கொஞ்சமாக அதை மாற்றினாலும் சனிக்கிழமை இரவு தீர்த்தமாடுவார்.

பாட்டிலில் வாங்கி வைத்திருப்பதை கொஞ்சமாக ஊற்றிக் கொடுப்பாள்.

அந்தக் கொஞ்சத்தை அதிகமாக்க காலையில் இருந்தே கெஞ்சத் தொடங்கி விடுவார்.. “சனிக்கிழமை சரக்கடிக்காவிட்டால் சனீஸ்வரனே கோவிச்சுக்குவான்!” சொல்லு குட்டிம்மா என்பார் என்னிடம் கண் சிமிட்டி..

எல்லாம் அந்த பாழாப் போன லாட்ஜ் பழக்கம் என்று பல்லை நற நறப்பாள் அத்தை..

கோபத்தில் அவளது எட்டுக் கல் பேசரியும் கொஞ்சம் மங்கலாகும் போல தோன்றும் எனக்கு..

அத்தை சமையலில் கெட்டிக்காரி. அவள் சுடும் இட்லி வெகு பிரபலம்.

பெரும்பாலானவர்கள் போல் அரிசியுடன் உளுந்து போட மாட்டாள். தனி வெந்தயம் போட்டு முதல் இரவே ஊற வைத்து மறுநாள் காலையில் அரைப்பாள்.. அரைக்கும் போது ஆமணக்கு விதை சேர்ப்பாள். மாவைப் பொங்க விட்டு நீர்க்கக் கரைத்து இட்லிப் பானையில் ஊற்றினால், சும்மா பஞ்சு மாதிரி மிருதுவா புஸ்ஸுன்னு வரும் இட்லி..

ஆராயி • விஜி முருகநாதன்

சுந்தரி! உன் கன்னம் போலவே இருக்கும் பார் இட்லிம்பார் மாமா

தைப்பூசத்தன்று வரும் உறவுக் கூட்டம் சென்னியாண்டவனைக் கும்பிட்ட கையோடு அத்தையின் இட்லி சாப்பிட வந்து விடும்.. சாப்பிட்டவர்கள் ஆஹா! ஓஹோ! என்று பாராட்டும் போது அத்தையின் முகம் அவளது எட்டுக் கல் பேசரியை விட கூடுதலாக ஜொலிக்கும்..

எப்போது இட்லி சுட்டாலும் தனித்தனியாக ஒவ்வொருவரிடமும் “நல்லாயிருக்கா”என்று விசாரிப்பாள்.

நல்லாயிருக்கு என்று சொன்னால் தான் நிம்மதியாய் இருக்கும் அவளுக்கு..

கணேசத்தான் “ஏம்மா! தினமும் இதே கேள்வியா!? என்று சலித்துக் கொண்டால் “நீ என்னடா? ஒரு முழத்துக்கா பதில் சொல்லப் போற? ஒரு வரி நல்லாருக்கு ன்னு சொல்றதுக்கென்னடா? என்பாள்.

கணேசத்தானுக்கு என்னைப் பண்ணிக்கணும் னு ரொம்ப ஆசை அவளுக்கு.. அப்பாகிட்ட கேட்டா..

“ஏன்க்கா! நாம நல்லாருக்கறது பிடிக்கலையா உனக்கு.. கொண்டான் கொடுத்தானாயிட்டா சங்கடம் வரும்..”ன்னு மறுத்துட்டார் அப்பா.

ரொம்ப வருத்தம் அத்தைக்கு..

“ஏன் விஜயா!! நீயாவது சொல்லக் கூடாதா? குட்டிம்மாவ எதாவது சொல்வேனா நான்?”ன்னு புலம்பினா.. அம்மா கிட்ட

“நான் எப்ப உங்க தம்பி பேச்சை மீறி இருக்கேன் னு “நாசூக்கா கழண்டுட்டா அம்மா..

ஆராயி • விஜி முருகநாதன்

என் தலையை வருடிக் கண்ணீர் விட்டாலும் ராகவ் வந்து பெண் பார்த்து நிச்சயம் செய்வதிலிருந்து கல்யாணம் முடியும் வரை எல்லா வேலைகளையும் இழுத்துப் போட்டுட்டு அவதான் செஞ்சா..

அப்ப மட்டுமா? ரதி, மனோஜ் பிறக்கறப்பவும் அவள் தான் அம்மாவோடு ஆஸ்பத்திரியில் இருந்து வீடு வரை இருந்து பார்த்துப் பார்த்து பத்தியச் சாப்பாடு சமைத்துப் போட்டாள் .

கணேசத்தானுக்கு பெண் பார்க்கும் போது, குட்டிம்மா! நீ சொல்லு.. உனக்குப் பிடித்தால் தான்.. என்று விட்டாள்.

ராகவ்வும், நானும் மணமக்களாக முதன் முறையாக விருந்து சாப்பிடப் போன போது அவள் சுட்டுப் போட்ட இட்லியைப் பார்த்து, ராகவ் வைத்த பெயர் தான் “இட்லி அத்தை.”. அத்தை மாமாவை”ங்கோ”ன்னு கூப்பிடுவதால் “ங்கோ மாமா”..

முறைக்கு பெரியம்மா, பெரியப்பா என்று கூப்பிட்டாலும் என்னிடம் செல்லமாக இட்லி அத்தை, ங்கோ மாமா என்று தான் சொல்லுவார் ராகவ்..

இவரைப் பார்த்து குழந்தைகளும் இட்லிப் பாட்டி, ங்கோ தாத்தா என்று பழகி விட்டன.

அவர்கள் அப்படிக் கூப்பிடுவதில் தலை கொள்ளாப் பெருமை அத்தைக்கு..

“ஐய்யோ! எப்படித் தாங்கப் போகிறாள்?”

கூடத்தில் கிடத்தி இருந்தார்கள் மாமாவை..

என்னைப் பார்த்ததும் “குட்டிம்மா” என்று கதறினாள் அத்தை.. ஆற்றுவார் தேற்றுவார் இல்லாமல் அழுது தீர்த்தோம் இருவரும்..

கொஞ்சம் சமாதானமானவுடன்.. எப்படி அத்தை?! என்றேன்.. ராத்திரி எப்பம் போல இரண்டு இட்லி சாப்பிட்டு..

ஆராயி • விஜி முருகநாதன்

விம்மினாள் அத்தை... தொண்டையில் அடைத்ததை விழுங்கிக் கொண்டு .. தொடர்ந்தாள்.. நாலு மணிக்கு சுந்தரி! நெஞ்சடைக்குது .. தண்ணி கொண்டான்னாரு! ஓடிப்போய் எடுத்தாந்து கையில கொடுக்கவே “உன்கிட்ட..” ன்னு என்னமோ சொல்ல வந்தார்.. அப்படியே தலை சாஞ்சிருச்சு”..

ஆச்சு! எல்லாம் முடிந்து மாமா பிடி சாம்பலானார்.. அதிகாலை இறந்ததால் தீட்டு எதுவும் இல்லாததால் காரியம் எல்லாம் மூன்றாம் நாளே முடித்து விட்டு பதினாறு சாமி கும்பிட்டு விட்டார்கள்..

காரியத்துக்கு வந்துட்டு தங்கக் கூடாது என்பதால் நான் என் வீட்டுக்குப் போய் விட்டு பதினாறு கும்பிட வந்தேன்..

அன்று மாலை ஊருக்கு கிளம்பும் போது அத்தையிடம் சொல்லிக்கப் போனவளை, கட்டிப் பிடித்து கண்ணீர் விட்டாள் அத்தை..

குட்டிம்மாவை ரெண்டு நாள் விட்டுட்டுப் போங்களேன்.. குழந்தைகளுக்கு லீவுதானே? என்றாள் ராகவ் விடம்..

சரிடா! இருந்துட்டு வா! என்று கிளம்பினார் ராகவ்..

உறவுக் கூட்டம் எல்லாம் கிளம்பி விட்ட நிலையில் நானும், சின்ன அத்தையும் மட்டுமே இருந்தோம்..

அன்று இரவு குட்டிம்மாக்கு பிடிக்கும் என்று இட்லி ஊற்ற ஆரம்பித்து விட்டாள் அத்தை.. நான் தடுத்தும் கேளாமல்..

அப்போது தான் ஒரு பெண் உள்ளே வந்தாள்.. ஒடிசலாக உயரமாக இருந்தாள்.. நான் யாரோ அத்தைக்குத் தெரிந்த பெண் என்று நினைத்து வாங்க என்றேன்..

அப்போதுதான் கவனித்தேன். அவளை ஒட்டியபடியே பதின்பருவத்தில் மிரள மிரள விழித்தபடி வந்தது ஒரு சின்னப் பெண்..

ஆராயி • விஜி முருகநாதன்

அந்தப் பெண்ணைப் பார்த்தவுடன் உள்ளே அதிர்ந்தது எனக்கு.. ஏனென்றால் அந்தப் பெண் கணேசத்தானுக்கு பெண் வேடம் போட்டது போலவே இருந்தாள்..

திரும்பி கணேசத்தானைப் பார்த்தேன்.. அவர் நெற்றியும் சுருங்கி இருந்தது..

வந்த பெரிய பெண் நேராக முத்து மாமா போட்டோ முன்னால் எரிந்து கொண்டிருந்த விளக்கின் முன் விழுந்து கும்பிட்டாள்.

பின் அத்தையின் பக்கத்தில் வந்து உட்கார்ந்தாள்..

"அக்கா! என் பெயர் அம்புஜம்.. அவர் லாட்ஜ் வைத்து இருந்தபோது அங்கே வேலைக்குச் சேர்ந்தேன். அப்ப அவர்தான் எனக்கு "அடைக்கலம்" கொடுத்தார்.. "அடைக்கலம்" என்ற வார்த்தையை அழுத்திச் சொன்னாள்..

ஒரு கையால் அத்தையின் கையை அழுத்திப் பிடித்தவள் மறுகையால் தன்னை ஒட்டி உட்கார்ந்து இருந்த பெண்ணின் கையைப் பிடித்துக் கொண்டு மீண்டும் தொடர்ந்தாள்..

"லாட்ஜ்க்குப் பக்கத்திலே தான் இத்தனை நாள் குடி இருந்தேன். அப்பப்ப வருவாரு.. எல்லா வசதியையும், இவ படிப்பையும் அவர்தான் பார்த்துக்குவாரு..

செய்தி கேட்டவுடனேயே ஓடி வரணும் னு துடிச்சேன். அவருக்கு மானக் கேடாயிடக் கூடாதேன்னு வீட்டுலயே அழுதுட்டுக் கெடந்தேன்..

ஆனா இப்போ பயமாயிருக்கு க்கா..! பெண்ணப் பெத்து வச்சிருக்கேன் .. என்ன பண்றது ன்னு தெரியலை.. எனக்குன்னு ஒரு நாதி இல்லை.. தனியா இந்தப் பிஞ்ச வச்சுகிட்டு என்ன பண்ணுவேன் க்கா.." என்றபடி தன் கையில் வைத்து இருந்த போட்டோவை அத்தை மடியில் வைத்தாள்..

ஆராயி • விஜி முருகநாதன்

அதில் அந்தப் பெண்ணும் முத்து மாமாவும் கையில் அந்தச் சின்னப் பெண்ணோடு சிரித்துக் கொண்டு இருந்தார்கள்.

அது வரை அம்புஜம் தான் பேசிக் கொண்டு இருந்தாளே தவிர அத்தை குனிந்த தலை நிமிரவே இல்லை.. கண்ணில் இருந்து கண்ணீர் மட்டும் பொட்டுப் பொட்டாக உதிர்ந்து கொண்டு இருந்தது..

அப்போதுதான் ஆவேசம் வந்தவள் போல் சின்ன அத்தை ஓடிப்போய் துடைப்பக் கட்டையை எடுத்துக் கொண்டு அம்புஜத்தை நோக்கி ஓடி வந்தாள்..

"போடி வெளியே.. எங்க வந்து யாரைப் பத்தி என்ன சொல்ற... தே...யா".. என்று துடைப்பக் கட்டையை அடிக்க ஓங்கினாள்..

அம்புஜம் இறுக்கமாக அத்தையைக் கட்டிக் கொண்டாள்.. அந்தக் குட்டிப் பெண் அத்தையின் மடியில் கவிழ்ந்து கொண்டது..

அத்தை நிமிர்ந்து பார்த்தாள்.. கண்ணீர் வழிந்த கண்களில் கோபத்துடன் "நிறுத்து லட்சுமி.. முதல்ல துடைப்பக் கட்டைய கீழே போடு.. எப்பவும் பழி பொம்பள மேல தானா.. மனுஷனாப் பொறந்தா நம்பிக்கை வேணும்.." என்றவள்

தன்னை இறுக்கக் கட்டி இருந்த அம்புஜத்தை பிரித்து எடுத்து "பயப்படாதே" என்றாள்..

தன் மடி மீது கவிழ்ந்து கிடந்த பெண்ணின் தலையை வருடியவள் "பேர் என்ன வச்சுருக்க..?" என்றாள் அம்புஜத்திடம்..

அவள் மெல்லிய குரலில் "கற்பகாம்பாள்".. கற்பகம் ன்னு கூப்பிடுவோம்.. அவர்தான் வச்சார்.. என்றாள்

ம்ம்.. என்று பெருமூச்சு விட்ட சுந்தரி அத்தை சொன்னாள்..

ஆராயி ● விஜி முருகநாதன்

"சரி! எழுந்திருச்சு உள்ள போ! இட்லி சுட்டு வச்சு இருக்கேன்.. நீயும், கற்பகமும் சாப்பிடுங்க.. இனி நீயும் இந்தக் குடும்பத்தில் ஒருத்திதான்"...

(அமரர் கல்கி நினைவுச் சிறுகதைப் போட்டியில் சிறப்புப் பரிசு பெற்ற கதை)

13. சீதா

"ம்மா!..சோப்புத் தீர்ந்து போச்சுமா..?இன்னைக்குத் துவைச்சிட்டேன்.. நாளைக்குக் காணாது" என்றபடி வந்தாள் சந்திரா..

அவள் அணிந்திருந்த தாவணி பாவடையின் பெரும் பகுதி நனைந்து உடலோடு ஒட்டி இருந்தது.

பருவம் அவள் உடல் முழுவதும் வடித்திருந்ததில் சிலை போல அழகாக இருந்தாள்..

ம்ம்!என்று பெருமூச்சு விட்டபடியே தன் உடலைக் குனிந்து பார்த்துக் கொண்டாள் சீதா

சந்திராவைப் போன்ற பதின்பருவ வயதில் அவளும் சிலை அழகுதான்.. கல்யாணமாகி இரண்டு பிள்ளை பெற்ற பின், அதுவும் சின்னது புனிதா பிறந்த பின் இடை பெருத்து தடித்துத்தான் போனாள்..

காலம் எழுதிய கோலம்..!!

உங்கம்மா வந்தா இரண்டு சோப்புக்கு மேல கேட்க மாட்டாங்க.. நீ மூணாவது கேட்கற ..? என்றாள் சீதா..

ஏம்மா! துணி நிறைய ஆகிப் போச்சேம்மா..! குட்டிப் பாப்பாவோட தொட்டச் சேல, இடுப்புத்துணி, மஹா பாப்பாவோட யூனிபார்ம் ன்னு சேர்ந்து போயிருதம்மா. அதுக்குத் தக்கன இந்த சோப்பு அப்படிக் கரையுது.. என்றாள் வெள்ளையாகச் சிரித்துக்கொண்டே சந்திரா.

ஆராயி ● விஜி முருகநாதன்

எப்போதும் சந்திராவின் அம்மா விஜயாதான் துணி துவைக்க வருவாள்..

காலங்காலமாக அந்தத் தெருவின் அனைத்து வீடுகளையும் குத்தகைக்கு எடுத்தாற் போல விஜயாவின் குடும்பத்தினர்தான் துணி துவைத்துக் கொண்டிருந்தார்கள்..

கடந்த ஒரு மாத காலமாக விஜயா உடம்பு சரியில்லாமல் படுத்து விடவே பத்தாவது முடித்து பள்ளி விடுமுறையில் இருந்த அவள் மகள் சந்திரா துணி துவைக்க வந்து கொண்டிருந்தாள்..

வெளிநடையில் செருப்புச் சத்தம் கேட்டது. சத்தத்திலேயே அது முரளிதான் என்பதைத் தெரிந்து கொண்டாள் சீதா.. செருப்புச் சத்தம் கூட சிலரது குணாதியசத்தைக் காட்டி விடும்.. முரளியின் அதிகாரத் தோரணை அவன் செருப்பின் சரக்! சரக்! அலட்சியபாவத்திலேயே தெரிந்தது... நீங்கள் எல்லோரும் எனக்குக் கீழ் என்று சொல்லும் மிதப்பான சத்தம் அது..!

“எப்படித்தான் இவனுக்கு கழுகுக்கு மூக்கு வேர்ப்பது போல் இவள் துணி துவைக்க வரும் நேரம் தெரியுமோ..?” என்று மனதுக்குள் பொருமியவள் ..

“சரி..! சரி..! ஐய்யா வந்துட்டாங்க.. நீ கிளம்பு.. என்று பரபரத்தபடி உள்ளே செல்ல வேகமாகத் திரும்பினாள்..

ஐய்யா.. இல்லாத சமயங்களில் காப்பியுடன் எதாவது பலகாரமும் தரும் அம்மா அவர் வந்து விட்டால் ஏன் இப்படி பரபரக்கிறாள்..? என்று நினைத்தபடி ஒரு வேளை காப்பி கிடைக்குமோ..? என்று தயக்கத்துடன் தேங்கி நின்றாள் அவள்..

அதற்குள் அங்கேயே வந்து விட்டான் முரளி., “என்ன சீதா..? இங்க நிக்கற..? ஓ..சந்திரா துணி துவைக்கிறாளா..? என்று வினவினான்..

வாய் என்னமோ சீதாவிடம் கேள்விகளைக் கேட்டுக்

கொண்டு இருந்தாலும் கண் என்னவோ சந்திராவின் நனைந்திருந்த ஆடை மீதே ஓடியது..

மனதினுள் நறநறத்தாலும் "ஆமாங்க..! கிளம்பிட்டாங்க.. நீங்க வாங்க.. சாப்பாடு எடுத்து வைக்கிறேன்.." என்றபடி.. உங்கம்மா எப்படி இருக்காங்க.. உடம்பு தேவலாமா..? என்றாள் சந்திராவிடம்..

"பரவாயில்லைம்மா.. நாளைக்கு எனக்கு ஸ்கூல் இருக்கு.. அதனால அம்மா வந்துரும்.. "நா வர்ரேங்கம்மா.. என்றபடி நடந்தாள் சந்திரா..

அப்பாடி..! என்று இருந்தது சீதாவுக்கு..

அவள் போவதையே கண்கொட்டாமல் பார்த்துக் கொண்டிருந்தான் முரளி..

சாப்பிட உட்கார்ந்தவன்.. "இன்னைக்கு என்ன குழம்பு..?".. என்றபடி பாத்திரங்களைத் திறந்து பார்த்தவன் வழிய நிரம்பி இருந்த சாம்பாரைப் பார்த்ததும் .. "எதையும் கொஞ்சமாகவே பண்ணத் தெரியாதா சீதா.." என்று வெடுவெடுத்தான்..

நீங்கள் சாப்பிட்ட பிறகு சாப்பிட இன்னும் ஜீவன்கள் இருக்கு.. என்று சொல்ல நினைத்தவள் சொல்லவில்லை.. சொல்லிப் பழக்கமில்லை.. எப்போதும் போல் வாய் மூடி மௌனியாகவே இருந்தாள்..

அதென்னவோ சிக்கனம் சிக்கனம் என்று அடித்துக் கொள்ளுவான். தொட்டதற்கெல்லாம் கணக்குப் பார்ப்பான்..

இத்தனைக்கும் முரளியின் அப்பாவின் தாத்தா ஜமீன்தார்.. கோட்டை கட்டி ஆண்ட பரம்பரை.. காலையில் பற்ற வைத்த கோட்டை அடுப்பு இரவு வரை எரியுமாம்.. தினமும் வேளைக்குக் குறையாமல் ஐம்பது அறுபது பேர் சாப்பிடுவார்களாம்.. சாரட் வண்டி கூட இருந்ததாம்..

இப்போது எல்லாம் பெருங்காயடப்பி வாசனைதான்..

ஆராயி • விஜி முருகநாதன்

மிஞ்சியவை ஒரே ஒரு தொட்டிக்கட்டு வீடும், சில ஏக்கரா நிலங்களும் தான்..

அதுவும் போய் விடக் கூடாதே என்று அவன் அம்மா சொல்லிச் சொல்லி வளர்த்ததில் மிகுந்த கணக்குப் பார்ப்பவனாக மாறிப் போனான்..

வீட்டில் ஒரு சாப்பாட்டு மேசை கூட இல்லை.. தொட்டிக்கட்டு வீட்டின் உள் திண்ணையிலேயே உட்கார்ந்து சாப்பிட்டு விடுவான்.. தொலைக்காட்சிப் பெட்டி கூட அந்தக் காலத்து கறுப்பு வெள்ளை தான்..

முரளி ஒன்றும் சீதாவுக்கு அசல் சொந்தமல்ல.. சொந்தத் தாய்மாமன்.. சீதாவின் பாட்டிக்கு அவனும், அவள் அம்மாவும் இரண்டே குழந்தைகள்.. சீதாவின் அம்மாவிற்கு உள்ளூரிலேயே மாப்பிள்ளை பார்த்துக் கட்டி வைத்து தன் கூடவே வைத்துக் கொண்டாள்.

பேத்தியான சீதாவையும் வளர்த்துப் பத்தாவது வரை படிக்க வைத்து தன் அருமந்தப் புத்திரன் முரளிக்கே கட்டிவைத்து விட்டு கண் மூடி விட்டாள்.

பாட்டி இருந்தவரை முரளி இப்படி இல்லை.. எல்லாவற்றையும் அவள் பார்த்துக் கொள்ளுவாள்.. பாட்டி போனபிறகு எங்கே தன்னை ஏமாற்றி விடுவார்களோ..? என்று நினைத்தோ என்னவோ இப்படி மாறி விட்டான்..

இவன் செய்யும் அலப்பறை தாங்க முடியாமல் சீதாவின் அம்மாவும் அப்பாவும் பக்கத்து ஊருக்கு குடி போய் விட்டார்கள்..

முரளிக்கு உள்ளூர்ப் பள்ளிக்கூடத்தில் வாத்தியார் வேலை.. (அவன் கொள்ளுத்தாத்தா கட்டியது) அது போக நிலக்குத்தகை பணம் வேறு வருகிறது.. வரும்படிக்கு ஒன்றும் குறைச்சல் இல்லை..

ஆராயி ● விஜி முருகநாதன்

சீதா வாய் திறந்து எதாவது கேட்டு விட்டால் காது கூசும்படியான ஆபாசவார்த்தைகளை அள்ளி இறைப்பான்.. இதற்கு பயந்தே சீதா வாய் திறக்க மாட்டாள்.. இவருக்கெல்லாம் யார் வாத்தியார் வேலை கொடுத்தது.. பெண்குழந்தைகளை வைத்துக்கொண்டு என்ன வார்த்தை பேசுகிறார்.. என்று மனதிற்குள் பொருமுவாள்..

கொஞ்ச காலமாக அவளுக்குள் இன்னொரு சந்தேகமும் எழுந்து வந்தது.. சந்தேகமென்ன.. உறுதியே ஆகி விட்ட விஷயம் கூடத்தான்..

காலங்காலமாக சீதா வீட்டு ஆண்களுக்கு வைப்பு உண்டு.. அதை எதோ பெருமையாகவே கொண்டாடிக் கொள்வார்கள்.. ஏன் முரளியின் அப்பா, சீதாவின் தாத்தா இரவுவேளையில் வெளியே போய் விட்டு அகாலத்தில் திரும்பும் நாட்களில் அந்த வேளையிலும் குளிக்காமல் வீட்டுக்குள் அனுமதிக்க மாட்டாள் பாட்டி..

ஜனங்களில் நிறையப் பேர் இப்படித்தான் குளித்தால் எதுவும் கரைந்து போகும் என்கிறார்கள்..

சீதாவின் அப்பா மட்டும் ஏனோ முன்னோர் வழியில் செல்லாமல் ஏகபத்தினி விரதனாகவே இருந்து விட்டார்..

முரளி என்னதான் சீதாவைத் திட்டினாலும் இரவில் ஒரு நாள் அவளை விட்டு இருக்க மாட்டான். தன் அப்பா போலவே என்று நம்பியிருந்தாள் சீதா.

ஆனால் சின்னது புனிதா பிறந்து பிரசவத்தில் சிக்கலாகி எக்கச்சக்க ரத்தம் போனதில் டாக்டர்கள் சுமார் ஒரு வருடத்திற்கு தாம்பத்தியம் வைத்துக் கொள்ளக் கூடாது என்று விட்டனர்.. அப்போதிலிருந்து முரளியிடம் மாற்றங்கள் தெரிய ஆரம்பித்தன..

அல்லது அப்போதுதான் சீதாவின் பார்வையில் அவனின் மாற்றங்கள் தென்பட ஆரம்பித்தன.

ஆராயி • விஜி முருகநாதன்

இரவு வேளையில் வீடு திரும்பும் நேரம் தள்ளிக் கொண்டே போக ஆரம்பித்தது.

சிக்கனம் சிக்கனம் என்று அடித்துக் கொள்பவன் இரவு ஏழுமணியானால் போதும்.., மடிப்புக் கலையாத சட்டையும் வேட்டியுடன் சட்டைப்பையில் திணிக்கப்பட்ட நோட்டுக்களுடன் வெளியே போனால் வீடு திரும்ப நள்ளிரவு ஆகி விடும்..

சீதா வாய் திறந்து கேட்கவில்லை. கேட்கப் பிடிக்கவில்லை.."ச்சீ" என்ற அருவருப்பு மட்டுமே மனதில் ஒட்டிக் கொண்டது..

நள்ளிரவில் வீடு திரும்புபவன் நேராகத் தொட்டிலில் கிடக்கும் புனிதாவிடம் போய்க் கொஞ்சும் போது மட்டும் ஆத்திரம் பற்றிக் கொண்டு வரும்..

பாட்டியைப் போல் தானும் குளித்து விட்டு வந்து குழந்தையைத் தொடுங்க.. என்று சொல்லாமா..? என்று நினைப்பாள்..

குளித்தால் எல்லாம் கரைந்து விடும் என்று தானும் நினைப்பதை நினைத்து விரக்தியாக சிரித்துக் கொள்வாள்..

அவனில்லாத பொழுதுகளில் புனிதாவின் தொட்டிக்கருகில் நின்று கொண்டு "கண்ணுகளா..! நீங்களாவது நல்லாப் படிச்சு வேலைக்குப் போகணும்.. சோத்துக்கும் துணிமணிக்கும் அடுத்தவங்க கைய எதிர்பார்க்காம இருக்கணும்.." என்று எதோ அந்த ஒரு வயதுக் குழந்தைக்கு புரிவது போல் புலம்பிக் கண்ணீர் விடுவாள்..

மறுநாள் எப்போதும் போல வேலைக்கு வந்து விட்டாள் விஜயா..

உடம்பு பரவாயில்லையா விஜயா என்றாள்.. சீதா.

ஆராயி • விஜி முருகநாதன்

"எங்கம்மா.. பரவாயில்லை.. சிறிசு ஒழுங்கா வெளுத்துதாம்மா.. நேத்தக்கிகே வந்திருப்பேன்.. எங்க வளவுல ஒரு பஞ்சாயத்தம்மா..!" என்றாள் விஜயா.. விஜயா வீடு உள்ள வளவில் எல்லாமே எல்லோருமே பஞ்சாயத்துக்கு கட்டுப்பட்டதுதான்.. கட்டுப்பட்டவர்கள்தான் .. கல்யாணமோ, கருமாதியோ, இன்ன பிற விஷயங்களோ எல்லாமே பஞ்சாயத்து சொல்படிதான்.. விஜயா வளவில் நட்ட நடுவில் ஒரு பெரிய ஆலமரம் இருக்கும்.. மதியம் பன்னிரண்டு மணியளவில் தினமும் பஞ்சாயத்தார் அங்கே உட்காருவார்கள்.. எல்லா வம்பு தும்புகளும், காரியங்களும் அலசப்படும்.. விசாரித்து அவர்கள் சொல்வதுதான் தீர்ப்பு.. யாரும் எதிர்த்து ஒரு வார்த்தை பேச மாட்டார்கள்..

என்ன பிரச்சனை விஜயா..? என்றாள் சீதா..

"என்ற ஒண்ணு விட்ட கொளுந்தன் பொண்டாட்டி தான் பிராது கொடுத்திருக்கா.. புருஷங்காரங்கிட்ட இருந்து விலக்கு வேணும் னு..!" என்றாள் விஜயா..

"எதுக்கு விலக்கு கேக்கறா.."

"அதெங்கம்மா கேக்கறீங்க.. நெதமும் குடிச்சுப்போட்டு வந்து அவளச் சாத்தறது.. பத்தாதிற்கு இவம் வாங்கற ஒண்றையணா சம்பளத்திற்கு கூத்தியா வேற வெச்சுகிட்டு திரியறதுமில்லாம .. தட்டிக் கேட்டா இவளையே "தேவிடியா"ன்னு கூசாம சொல்லி சண்டப் போடறானுங்க.. அவளும் பொட்டப் புள்ளைகள வெச்சுருக்கம..ன்னு பொறுத்துப் பொறுத்து பார்த்தா.. எவ்வளவு நாள் தான் அடி தின்னே சாகறதுன்னு.. பிராது கொடுத்திட்டா.."

"என்ன தீர்ப்பாச்சு.."என்றாள் சீதா.

அவ பக்கந்தான் சொல்லுவாங்க.. கலந்து பேசி ஒரு வாரங் கழிச்சு சொல்றோம்னு சொல்லிருக்காங்க.. அப்படியே கொளுந்தங்காரன் மன்னிப்பே கேட்டாலும் இவ ஒத்துக்க

மாட்டேன்னு .. சொல்லிட்டு இருக்காம்மா.." என்றாள் விஜயா..

சரி.. இரு.. காப்பி கொண்டாறேன்.. குடிச்சிட்டுத் துவைக்கப் போ..என்று உள் பக்கம் நடந்த சீதா.. எதோ தோணவே திரும்பி விஜயாவிடம் கேட்டாள்..

"உன்ற கொளுந்தன் பொண்டாட்டி பேரென்ன.. விஜயா..?"

"சீதா" என்றாள் விஜயா..

14. ஒவ்வொரு பூக்களுமே

பள்ளிக்கூடப் பேருந்து வந்து நிற்கும் சத்தமும், "ம்மா..!" என்ற மோனியின் குரலும் கேட்கவே, இட்லிப்பானையில் காரக் கொலுக்கட்டையை வைத்துக் கொண்டிருந்தவள் வேகமாகச் சென்று கதவைத் திறந்தேன்..

"ஹாய் மா.." என்று கொஞ்சியபடியே உள்ளே வந்தாள் மோனி..

பள்ளிக்கூடப் பையை வைத்து விட்டு காலணியைக் கழட்டியவள் மூச்சை இழுத்து விட்டாள்..

"ஆஹா .. மா..! காரக் கொழுக்கட்டை யா.. சூப்பர்ப்" என்றாள்.

"ஆமாண்டா ! கண்ணா.. போய் மூஞ்சி கை கால் கழுவிட்டு வா.. சூடா சாப்பிடலாம் .." என்றேன்..

"மா.. இன்னைக்கு ஒரு குட் நியூஸ்.. எங்க கிளாசுக்கு புதுசா மேத்ஸ்க்கு ஒரு மிஸ் வந்துருக்காங்க.."..

ஓ..! அப்ப இனி மோனிக் குட்டி கணக்கில நூத்துக்கு நூறு தான் .." என்றேன் சிரித்துக்கொண்டே..

"ம்..ம்.." என்று சிணுங்கியவள் ..

"ம்மா.. அவங்க ஒரு திருநங்கை .. பேரு கணேஷ்வரி.." என்றாள்..

"அட.. பரவாயில்லையே.. உங்க ஸ்கூல்.." என்று மெச்சுதலாகச் சொல்லி விட்டு.. மிஸ் பேர் என்ன சொன்னே..?

"கணேஷ்வரி.. ம்மா..! வித்தியாசமால்ல" என்றபடியே குளியலறை நோக்கி நடந்தாள் ..

"ஆமாம்.. கணேஷ்.. கணேஷ்.." என்று திக்கினேன் நான்.. மனசுக்குள் "ஐய்யோ.. அம்மா.. அடிக்காதீங்க.." என்று அலறும் குரல் கேட்டது..

நான் ஐந்தாம் வகுப்பு வரை என் பாட்டி வீட்டில் தான் படித்தேன்.. திருச்செங்கோடு பக்கத்தில் வாய்க்காமேடு கிராமம்.. பேருக்கேற்றார்படி வயலும் வரப்பும், வாய்க்காலுமாக பச்சை பசேலென்று இருக்கும்..

என் அப்பா டெல்லியில் வேலையில் இருந்ததால் என் அம்மா பாட்டி வீட்டில் படித்தேன்..

என் பாட்டி வீட்டுக்கு பக்கத்தில் குடியிருந்த மஞ்சக்கா குடும்பமும், கணேசன் குடும்பமும் பாட்டி வீட்டு கூட ரொம்ப நெருக்கம்..

நான், மஞ்சக்க, அவள் தம்பிகள் கார்த்தி, சிவான்,.. அடுத்த வீட்டு கணேசன் எல்லோரும் ஒண்ணாவேதான் திரிவோம்..

மஞ்சக்கா வீட்டில் தான் நல்ல தண்ணிக் கிணறு இருக்கும்.. அதற்குப் பக்கத்தில் ஒரு ஒடஞ்ச திண்ணை இருக்கும். அதுதான் எங்கள் விளையாட்டு மேடை..

தினமும் சாயந்திரம் பள்ளி முடிந்ததும் அந்த இடத்தில் தான் விளையாடுவோம்.. சாயந்திரம் பெரும்பாலும் யாரும் தண்ணி எடுக்க வர மாட்டார்கள் என்பதால் எங்கள் ராஜ்யம் தான்..

கார்த்தி, சிவான், கணேசன் மூவரில் கணேசன் மட்டும் எங்களிடம் உயிராக இருப்பான்.. "அக்கா.. அக்கா என்று பின்னாலேயே சுற்றுவான்..

ஆராயி • விஜி முருகநாதன்

மற்ற இருவரும் விடுமுறை நாட்களில் தெருக் கிரிக்கெட் ஆடப் போனாலும் இவன் மட்டும் எங்க கூடத்தான் இருப்பான்..

கணேசன் அம்மா புஷ்பாக்கா கூட "எப்பப் பார்த்தாலும் என்னடா பொம்பளப் புள்ளைங்க கூட விளையாட்டு".. என்று திட்டும்..

அதையெல்லாம் கண்டுக்கவே மாட்டான்.. ரொம்ப அழகாக வெள்ளை வெளெரென்று நல்ல நிறமாக இருப்பான்.. கண்கள் பச்சையும் நீலமும் கலந்த மாதிரி தனியான நிறத்தில் இருக்கும்..

குரல் ரொம்ப மென்மையாக பெண் குரல் போலவே இருக்கும்.. நன்றாகப் பாடுவான்.. எங்க ஊர் தேவகிரி தியேட்டரில் என்ன படம் போட்டாலும் நாங்க ஐந்து பேரும் போயிருவோம்..

என்ன படம் பார்த்தாலும் அதில் வரும் பாடலை அப்படியே பாடி ஆடுவான் கணேசன்.. எங்களுக்கு மிகப்பெரிய பொழுது போக்கு அவன் ஆட்டம் பாட்டம்தான்..

அப்போது தான் "நிறம் மாறாத பூக்கள்" படம் வந்தது.. வழக்கம் போல ஐந்து பேரும் போய் விட்டு வந்தோம். அன்று மாலை கணேசனை "ஆயிரம் மலர்களே..!" பாட்டை பாடிக் கொண்டே ரதி மாதிரி ஸ்லோமோஷனில் மிதந்து வரச் சொன்னோம்..

எப்போதும் பாடி விடுபவன் அன்று தயங்கி, தயங்கி என்னிடம் சொன்னான்.

"க்கா.. தீபாவளிக்கு நீங்க போட்டு இருந்த மேக்ஸியைத் தர்றீங்களா..?! எனக்கு அதைப் போட்டு கிட்டு ஆடனும் போல இருக்கு" என்றான்.

என் அப்பா டெல்லியில் வேலை செய்வதால் அம்மாவும் அப்பாவும் வரும் போது நாகரீகமான உடைகள் கூட வரும்..

ஆராயி • விஜி முருகநாதன்

அப்படி அந்த வருடம் புதிதாக வந்திருந்த மேக்ஸி டிரஸ்ஸை எடுத்து வந்திருந்தார்கள். அதைத்தான் கேட்டான் கணேசன்..

புது மேக்ஸி யா..?! பாட்டிக்குத் தெரிந்தால் திட்டுவாளே..! என்று நினைத்த போதும் கணேசனின் கெஞ்சலுக்காக பாட்டி அசந்த நேரம் எடுத்து வந்து விட்டேன். அத்துடன் என் கண்மை, லிப்ஸ்டிக், பவுடர்.. எல்லாம்..

மேக்ஸியைப் போட்டு அழகாகத் தலைவாரி கண்மை லிப்ஸ்டிக் போட்டதில் கணேசனை அடுத்த படத்துக்கு பாரதிராஜா புக் பண்ணாத குறைதான்..

அப்படி ஒரு சந்தோஷம் கணேசனுக்கு..

முகமெல்லாம் சிரிப்பு வழிய ரதி மாதிரியே ஸ்லோமோஷனில் "ஆயிரம் மலர்களே"..பாடிக் கொண்டே மிதந்த மாதிரி மெதுவாக வர ஆரம்பித்தான்.. சுற்றிலும் நாங்கள் ஆர்வத்துடன் சந்தோஷமாக பார்த்துக் கொண்டு இருந்தோம்..

அந்த நேரம் பார்த்தா புஷ்பாக்கா தண்ணீர் எடுக்க குடத்துடன் வர வேண்டும்..?!

அப்புறம் என்ன..? கணேசனை விறகுக் கட்டையால் அடித்த அடியில் என் புது மேக்ஸியே கிழிந்து விட்டது..

"ஐய்யோ..! அம்மா..அடிக்காதீங்க .." என்ற கணேசன் குரலில் நாங்கள் எல்லோருமே அழுது விட்டோம்.. அதுவும் நான் மேக்கப் போட்டு விட்டதால் தானே அடி வாங்கினான் என்று இன்னமும் அதிகமாக அழுதேன்.. கூடவே பாட்டியின் திட்டு வேறு..!

அதற்கப்புறம் புஷ்பாக்கா எங்களுடன் விளையாட கணேசனை அனுப்பவே இல்லை.. நாங்கள் வரும் நேரத்தில் கதவைப் பூட்டி வைத்து விடுவார்கள்.. அவன் நகரப் பள்ளியில் படித்துக்கொண்டு இருந்தனால் பள்ளியிலும் சந்திக்கும் வாய்ப்பும் எங்களுக்குக் கிடைக்க வில்லை..

ஆராயி • விஜி முருகநாதன்

நான் ஐந்தாம் வகுப்பு முடிக்கும் போது என் பாட்டி திடீரென மாரடைப்பில் இறந்து விட்டார்..

அதனால் எங்கப்பா டெல்லியிலிருந்து பணிமாற்றம் வாங்கிக் கொண்டு சென்னைக்கு வரவே அப்படியே கிராமத்து வீட்டுத் தொடர்பும் விட்டுப்போயிற்று..

"ம்மா.. ம்மா..!" என்ற மோனியின் குரலில் கலைந்தேன்..

"என்னம்மா.. டிபன் தா.." என்றவள் ஓடிப்போய் பள்ளிக்கூடப் பையில் இருந்து ஒரு அழைப்பிதழை நீட்டினாள்..

"என்னடா ..இது..?!" என்றபடி வாங்கினேன்..

"பவுண்டர்ஸ் டே ..ம்மா.. இன்னும் பிப்ட்டின் டேஸ்ல.. கட்டாயம் பேரண்ட்ஸ் வரணுமாம்.. கலை நிகழ்ச்சியெல்லாம் உண்டு.. செமயா பிராக்டீஸ் பண்ணிட்டு இருக்காங்க.. ஸ்கவுட்ஸ் ல இருக்கறதால நான் இல்ல.." என்றாள்..

அடுத்த பதினைந்து நாட்களில் விழா என்பதால் பள்ளியில் பாடங்களுக்கு அதிக முக்கியத்துவம் இல்லை..

ஆனால் மோனியின் பேச்சில் தினமும் ஒரு தடவையாவது கணேஷ்வரி மிஸ் வருவார்..

"ம்மா.. ஸ்.. ஸோ .. கியூட் மா.... ஸோ.. கைண்ட் மா.. என்ன அழகா டான்ஸ் பண்றாங்க.." என்று தினம் தினம் எதாவது ஒன்று சொல்லியதில் எனக்கே அவரைப் பார்க்க வேண்டும் என்ற ஆவல் அதிகமாக வர ஆரம்பித்து விட்டது..

விழா நாளில் ஆறு மணிக்கு பள்ளியில் இருந்தோம்.. கூட்டத்தை ஒழுங்கு படுத்திக் கொண்டு இருந்த மோனி தூரத்தில் இருந்தபடியே கையாட்டினாள்.. "அப்பா எங்கே..?!" என்றாள் ஜாடையில்.. ஏழு மணிக்கு .. என்றேன் நானும் ஜாடையில்.. எந்த இடத்தில் உட்காரலாம் என்று நடந்து கொண்டே இருந்தவள் திடீரென "யார் அந்த கணேஷ்வரி மிஸ்.."..? என்று தேடினேன்..

ஆராயி ● விஜி முருகநாதன்

ஊஹூம்..! அத்தனை ஆசிரியைகளும் யூனிபார்ம் சேலையில் இருந்ததால் அடையாளம் தெரியவில்லை.. விழா முடிந்ததும் மோனியைக் கேட்டுக் கொள்ளலாம் என்று நினைத்தபடியே நடந்தவளை.. வழிகாட்டும் பெண்கள் இடம் காட்டி அமரச் சொன்னார்கள்..

உட்கார்ந்தவள் . விழா முடியும் வரை தெரிந்தவர்களாக இருந்தால் போரடிக்காமல் இருக்குமே என்று திரும்பிப் பார்த்தேன்..

பார்த்தவள் அதிர்ச்சியில் உறைந்து போனேன்.. ஏனென்றால் புஷ்பாக்கா உட்கார்ந்து இருந்தார்கள்.. அவர்கள்தானா..? என்று மீண்டும் ஒருமுறை பார்த்தேன்.. அவர்கள்தான்.. தலை சிறிது நரைந்திருந்ததைத் தவிர வேறு மாற்றமில்லை.. அதே ஒல்லி உடம்பு..

"அக்கா..எப்படி இருக்கீங்க..?!" என்று கை பற்றினேன்.. திரும்பியவர் குழம்பி பின் தெளிந்து.." அட..!விஜிதானே நீ..?!.. எப்படி இருக்க..?".. என்றார்..

நல்லாருக்கேன்கா.. என் பொண்ணு இந்த ஸ்கூல்லதான் படிக்கிறா.. அதோ.." என்ற படி தூரத்தில் நின்ற மோனியைக் கைகாட்டினேன்.

"அவ்வளவாத் தெரியலை.." என்றார்..

..சரிக்கா.. விழா முடிஞ்சவுடனே வருவா.. பார்த்துக்கலாம்.." என்றேன்.

"எவ்வளவு நாள் ஆச்சுக்கா .. பொன்னண்ணா..! எப்படி இருக்கார்.. கணேசன் எப்படி இருக்கான்.. கல்யாணம் ஆயிருச்சா.. குழந்தைகள் எத்தனை.. அவங்களும் இந்த ஸ்கூல்தான் படிக்கிறாங்களா..?!" என்று கேள்விகளை அடுக்கினேன்.

என் கேள்விகளுக்கு முதலில் மௌனம் காத்தவர்.. கண்ணில் நீர் திரையிடச் சொன்னார்.. உங்க அண்ணன் போய் ஆறு மாசமாயிருச்சே.. "திடீர்ன்னு ஹார்ட் அட்டாக்..

ஆறுதலாக "வருத்தப்படாதீங்கக்கா.. என்றவள் மீண்டும் கேட்டேன்.. கணேசன்..?!.."

" விஜி.. நீ உங்க அப்பாவோட ஊருக்குப் போனப்புறம் கணேசன்

ரொம்ப மாற ஆரம்பிச்சான்.. பொம்பள வேஷம் போட்டு உங்க கூட டான்ஸ் ஆடினவன் அசல் பொம்பளைங்க மாதிரியே ஆக ஆரம்பிச்சான்..

தினம் தினம் ஒரு பஞ்சாயத்து.. அடி உதைதான்.. ஒரு கட்டத்துல பஞ்சாயத்து கூடி எங்ககிட்ட கணேசனை கண்டிச்சு வைக்கலைன்னா.. ஊரே விட்டே தள்ளி வச்சுருவம்னு மிரட்டி அனுப்புச்சாங்க..

அன்னைக்கு கை சோர்ற வரை கணேசனைப் போட்டு அடிச்சேன்.. அந்த அன்னைக்கு யாருமே சாப்பிடல.. அழுதுகிட்ட படுத்தவ எப்படித் தூங்கிப் போனேன் னே தெரியல.. திடீர்ன்னு என்னமோ சத்தம் கேட்டு முழிச்சுப் பார்த்தேன்..

பார்த்தா கணேசன் உத்தரத்துல கயித்தப் போட்டு தொங்கப் பார்க்கிறான்.. சத்தம் போட்டு அவன எல்லோரும் கைப்பாடு தலப்பாடா புடிச்சு இறக்கினோம்..

இறங்கினவன் என்னையக் கட்டிப் புடிச்சுகிட்டு.."என்னய ஏம்மா காப்பாத்தினீங்கன்னு.." கதறுனான்..

அவங் கதறர்றதப் பார்த்து நானும் "செங்கோட்டு ஐயா.. இதுக்கா.. இந்தக் கோலத்தப் பார்க்கவா..? உம் மலையை அமாவாசை தவறாம சுத்தி வந்தேன்னு.." கத்தறேன்..

அப்பத்தான் திடீர்னு ஒரு நெனப்பு.. எதுக்கு அழுகணும்..? அந்த திருச்செங்கோட்டு சாமியே உமை பாதி சிவன்

ஆராயி • விஜி முருகநாதன்

பாதியாத்தானே நிக்குது.. அதைக் கும்பிடறவங்க எதுக்கு இந்தப் புள்ளய அடிச்சுக் கொல்லணும்.. சாமி புள்ள இது..?! இனிமே இதை ஏத்துகிட்டு இதுக்கு ஆதரவா இருக்கணும் னு தீர்மானம் பண்ணிகிட்டு, உங்க அண்ணாகிட்டயும் சொன்னேன்..

அவங்களும் ஒத்துகிட்டாங்க.. சரி இனிமே இந்த ஊர்ல இருக்க முடியாது ன்னு இருந்த வீட்டையும் நிலத்தையும் வித்துட்டு பம்பாய்க்கு ரயில் ஏறிட்டோம்.. அங்க உங்க அண்ணாவோட ஸ்நேகிதர் உதவியால இந்த மாதிரி திருநங்கைகளுக்குன்னு இருக்கற நல சங்கங்கள நாடினோம்... அவங்க உதவியால அறுவைசிகிச்சை பண்ணி கணேசன பெண்ணாவே மாத்திட்டோம்.. அங்கேயே செட்டிலாயிட்டோம்.. அவளைப் படிக்க வைச்சோம.. நல்லாப் படிச்சு டிகிரி வாங்கினா.. ஒரு பள்ளிக்கூடத்துல வேலையும் கிடைச்சது.. சந்தோஷமா இருந்தோம்.. அப்பத்தான்..

தலையில இடி விழுந்த மாதிரி இவங்க அப்பா இறந்தாங்க..

அவளால அவங்க இழப்பத் தாங்கவே முடியல.. ரொம்பத் தவிச்சவள நான் தான் தேத்தி தமிழ் நாட்டுக்குப் போய் கொஞ்ச நாள் இருந்துட்டு வரலாம்ன்னு கூட்டிட்டு வந்தேன்.. தோதா இந்த ஸ்கூல்லேயே வேலையும் கெடச்சது..” என்று நிறுத்தினார்..

கேட்டுக் கொண்டு இருந்த எனக்கு உணர்ச்சிப் பெருக்கில் கண்ணில் நீர் கரை புரண்டது..

எவ்வளவு சம்பவங்கள் என்று அதிர்ச்சியும் ஒன்று சேரத் தாக்கின..

இப்ப அவ எங்க..? என்ன பேரு வச்சிருக்கீங்க..?” என்றேன்..

பதில் சொல்ல வாயெடுத்தார்..அதற்குள் “தமிழ்த்தாய் வாழ்த்து.. பாடுபவர் கணேஷ்வரி” என்ற அறிவிப்பு ஒலிபெருக்கியில் கேட்கவே எல்லோரும் மௌனமாக எழுந்து நின்றோம்.. என் கையைப் பிடித்து கண்ஜாடையில் மேடையைக் காட்டினார் புஷ்பாக்கா..!

ஆராயி • விஜி முருகநாதன்

அங்கே மேடையில் அழகாக இயல்பாக "நீராரும் கடலுடுத்த" பாட ஆரம்பித்தாள்.." கணேஷ்வரி.."

(எழுத்தாளர் சு.சமுத்திரம் நினைவுச் சிறுகதைப் போட்டியில் சிறப்புப் பரிசு பெற்ற கதை.)

15. அமுத சுரபி

ரயில் புறப்படத் தயாராகும் நீளமான ஹார்ன் ஒலி கேட்டது.

"ஜானும்மா.. பத்திரம்.. கவனம்.. அக்கா.. பை.. டேக் கேர்.."

கையாட்டலுடன் மெதுவாக நகர ஆரம்பித்திருந்த ரயிலின் ஜன்னலில் தலை சாய்த்து அவர்களிருவரும் புள்ளியாகும் வரை கண்கொட்டாமல் பார்த்துக் கொண்டு இருந்தவளுக்கு .. அப்பாவின்.." கவனம்.. பத்திரம் .." ஞாபகத்திற்கு வந்தது.

மெலிதாக புன்னகைத்துக் கொண்டாள். ரயிலின் எல்லா ஜன்னல்களும் ஒவ்வொரு பயணத்திலும் எத்தனை தடவைகள் இதே வார்த்தைகளைக் கேட்டுக் கொண்டே இருக்கின்றன.

வருத்தமாக, சந்தோஷமாக, காதலாக, தவிப்பாக, இன்னும் எத்தனையெத்தனை உணர்ச்சிகளுடன் ..

அவளுக்கு நினைவு தெரிந்த நாளாக, விளையாட்டுப் பருவத்தில் இருந்து எங்கே சென்றாலும் இதே வார்த்தைகளைத்தான் சொல்லுவார்.. முதலில் எல்லாம் மென்மையான தொனியில் வந்தது பெரிய பெண்ணாகியவுடன் அழுத்தமான தொனியில் வர ஆரம்பித்தது.

அப்பா.. எப்பேர்ப்பட்ட அப்பா.. அம்மா இந்திரா திடீரென வந்த விஷக்காய்ச்சலில் போன போது அவளுக்குப் பத்து வயது. வித்யாவிற்கு எட்டு வயது..

ஆராயி • விஜி முருகநாதன்

அவரின் சென்ட்ரல் கவர்மெண்ட் சம்பளத்திற்கு ஆசைப்பட்டு.. "விசு. போனவளையே நினைச்சுகிட்டு எத்தனை நாள் கவலைப்பட்டுகிட்டு இருப்ப.. அந்தப் பிஞ்சுக் குழந்தைகள் முகத்துக்காவது வேற கல்யாணம் பண்ணிக்கோ.."

அப்பா மௌனமாக இருந்தார். அதை சம்மதமாக எடுத்துக்கொண்டு தொடர்ந்தது

"என்னோட ஒண்ணு விட்ட மச்சினிச்சி ரதியாட்டம் இருப்பா.. தன்மையானவ.. நா சொன்னா தட்ட மாட்டாங்க.. என்ன சொல்ற.."

அப்பா தொண்டையைக் கனைத்துக் கொண்டார்.. ஒரு கை அவள் தலையையும், மற்றொரு கை வித்யாவின் தோளையும் வருடின.

" எனக்கு கடைசி வரைக்கும் இந்துதான் பொண்டாட்டி.. இதுகதான் குழந்தைங்க.. அதுனால இந்தப் பேச்சை எடுத்துக்கிட்டு இனிமே வாராதீங்க.."

அவரின் கடினமான பேச்சுக்கப்புறம், அவரை அசைக்கமுடியாது என்று தெரிந்தவுடன் அவ்வப்போது வந்த சொந்தங்களும் நின்று போகவே ..இவர்கள் மூவர் மட்டுமே ஒருவருக்கொருவர் என்றானார்கள்..

சும்மா சொல்லவில்லை விஸ்வநாதன்.. அன்றிலிருந்து இன்று வரை தாய்க்குத் தாயாக.. தந்தைக்குத் தந்தையாக..

அப்பாவின் நினைவில் கண்கள் பனித்தன. அப்பேர்ப்பட்டவரிடம் எதையும் மறைத்ததில்லை. இப்போதுதான் முதன்முறையாக.. அதுவும் காரணத்தோடுதான்..

.."எக்ஸ்கியூஸ் மீ.. கொஞ்சம் நகர்ந்துக்குறீங்களா..?"

குரல் கேட்டுத் திரும்பியவளின் கண்ணில் பட்டான் அந்தக் குறுந்தாடி இளைஞன். இவள் ஒன்றும் பேசாமல் எழுந்து

ஆராயி • விஜி முருகநாதன்

நின்றாள். அவசரமாக மிடில் பார்த்தைப் போட்டவன் அதே அவசரத்துடன் ஏறிப் படுத்தும் விட்டான்.

எவ்வளவு அவசரம் இவனுக்கு..?! மனதிற்குள் நினைத்துக் கொண்டாள். இந்தக்கால இளைஞர்கள், இளம்பெண்கள் இருவருக்குமே எல்லாவற்றிலும் ஒரு அவசரம் இருக்கிறது.

தன்னால் மட்டும் ஏன் அப்படி இருக்க முடியவில்லை. எல்லா வேலைகளையும், நிதானமாக பொறுமையாகச் செய்ய முடிகிறது. ஒரு வேளை நம் வேலை காரணமோ..?!

அரசுப்பள்ளியில் ஓவிய ஆசிரியை.விஷீவல் கம்யூனிகேஷன் படித்தாலும், ஓவியத்தின் மேல் இருந்த காதலால் ஓவியக் கல்லூரியிலும் சேர்ந்து பட்டம் பெற்றவளுக்கு கிடைத்த அருமையான வேலை.

அப்பா.. அவளின் எந்த ஆசைக்கும் குறுக்கே நின்றதில்லை. மணி என்ன..?! ஒன்பதைக் காட்டியது. இந்நேரம் அப்பாவும், வித்யாவும் என்ன செய்து கொண்டிருப்பார்கள்..?

வழக்கமாக இரவு எட்டரை மணிக்கு சாப்பிட்டு விடுவார்கள்.. காலையில் ஆற அமர சாப்பிட முடியாது என்பதால் இரவு சாம்பார், ரசம் ,பொரியல் என்று முறையாக சமைப்பாள். அப்பா ரசித்துச் சாப்பிட்டு விட்டு இவர்கள் இருவரும் சமையலறையைச் சுத்தம் செய்து விட்டு வரும் வரை டி.வி.பார்ப்பார்.அவர்கள் வந்தவுடன் படுக்கப் போய்விடுவார். வித்யாவும், இவளும் அப்புறம் ஒருமணி நேரம் பிடித்த நிகழ்ச்சிகளைப் பார்த்து விட்டு படுக்கப் போவார்கள்.

இப்போதும் அப்படி அப்பா படுக்கப் போயிருப்பார். வித்யாவிற்குத்தான் போரடிக்கும்.. பிறந்ததிலிருந்து அவளை அதிகமாகப் பிரிந்ததே இல்லை.. இப்போது கூட உயிர்த்தோழி ரம்யாவின் திருமண வரவேற்பு சென்னையில்..

ஜானுவுக்கு இருக்கும் ஒரே தோழி அவள்தான். அவளுக்கும் அம்மா இல்லை.. படிக்கும் போது ஹாஸ்டலில் இருந்து

சனி, ஞாயிறு இவர்கள் வீட்டுக்குத்தான் வந்து விடுவாள்.. "அப்பா..வித்யா.." என்று உயிராய்த் திரிவாள்.

அப்பா, வித்யா இருவரும் அவள் கூட சென்னை ரிசப்ஷனுக்கு வருவதாக இருந்தது. ஆனால் வித்யாவின் பரிட்சை குறுக்கே வரவே வர முடியாமல் போய் விட்டது.

அதுவும் நல்லதிற்குத்தான் ஒரு முடிவை நோக்கி அல்லவா அவள் பயணம் தொடங்கி உள்ளது.

"கண்ணம்மா" என்ற சந்தோஷின் குரல் கிசுகிசுப்பாக காதில் விழவே திடுக்கிட்டுச் சுற்றிலும் பார்த்தாள். ரயிலின் நீல விளக்கு ஒளியில் பெரிதான மூச்சுக்களுடன் தூக்க முனகல்களே கேட்டன.

வெளியே பார்த்தாள். பட்டுக் கரிய நிறத்தில் பதிந்த நல்வைர நட்சத்திரகளுடன் அடி வானம் வரை தெரிந்தது. அவளுக்குப் பிடித்த பெரிய நட்சத்திரம் கண்ணில் பட்டது. அவளுக்கு மட்டுமா..?! சந்தோஷிற்கும் தான்..

எத்தனை இரவுகள்.."சுட்டும் விழிச்சுடர்தான் கண்ணம்மா.. சூரியச் சந்திரரோ.. வட்டக் கரியவிழி கண்ணம்மா.. வானக் கருமை கொல்லோ..!" என்று பாடி இருக்கிறான்.

.."கண்ணம்மா.. கண்ணம்மா .." என்று அவன் ஒவ்வொரு முறையும் உருகும் போதுதான் இவளுக்கே தனக்குள் எவ்வளவு பெரிய ஏக்கம் இருந்திருக்கிறது என்று தோன்றும்..

என்றோ இறந்து போன தாய்மைப்பாசம் அவன் வார்த்தைகளில் வழிவதாகத் தோன்றும்.

அந்த ஏக்கமே அவளையும் அறியாமல் சந்தோஷ் பக்கம் மனதைச் செலுத்தி விட்டது. சந்தோஷ் பெயரிலேயே சந்தோஷத்தைப் புதைத்து வைத்திருப்பவன். சென்னையில் ஒரு ஓவியக் கல்லூரியில் புரபசர்.

ஆராயி • விஜி முருகநாதன்

ஆனால் இவளைப் போல இல்லாமல் அடிக்கடி ஓவியக் கண்காட்சி நடத்துபவன். அதிலும் பல பரிசுகள் வாங்கி இருப்பவன். எப்போதும் அவன் வரையும் ஓவியங்களுக்கு நல்ல வரவேற்பும் அதன் மூலம் நல்ல சம்பாத்தியமுமாக பணக்கார அந்தஸ்தில் இருப்பவன்.

முகநூலில் கடந்த எட்டு மாதங்களுக்கு முன் அறிமுகமானான். இருவரின் ஓவிய ஈடுபாடு முதலில் சாதரணமாக பழக வைத்தாலும், மெல்ல மெல்ல சந்தோஷ் அவளை ஆகர்ஷித்து விட்டான்.

இத்தனைக்கும் நேரில் பார்த்ததில்லை. ஒரே ஒரு முறை வீடியோ சாட்டில் பார்த்ததுதான்.

அவளைக் காதலிக்கிறேன். கல்யாணம் பண்ணிக் கொள்கிறேன்.. என்று சொன்னான்.

“சந்தோஷ்.. அந்தஸ்திலும் சரி.. அழகிலும் சரி.. உங்களுக்கு நான் ஈடு இல்லை..”

“என்ன கண்ணம்மா.. என்னபத்தி இப்படி நினைச்சிட்ட.. அம்மா என்னோட விருப்பத்துக்கு மாறா எதுவும் சொல்ல மாட்டாங்க. என்னப் பொருத்த வரைக்கும், உன்ன விட அழகி, உலகத்துலயே கிடையாது”

என்ன சொன்னாலும் அவள் சம்மதம் சொல்லவில்லை. இந்தச் சென்னைப் பயணத்தில் சொல்வதாகச் சொல்லி இருந்தாள்.

நாளை அவனைச் சந்திக்கும் போது எல்லாவற்றையும் சொல்ல வேண்டும்.. ஆம்.. எல்லாவற்றையும்..

இரண்டு நாட்களுக்கு முன் ரம்யா அவளிடம் ..”சொல்லிரு ஜானு. நிச்சயமா சந்தோஷ் புரிஞ்சிக்குவாரு. ரிசப்ஷன் பதினொரு மணியிலருந்து ஆரம்பிக்குது. நீ ஒருமணி வரைக்கும் இருந்துட்டு சந்தோஷ் கூட புறப்பட்டுப் போ. ராத்திரி பத்து ஐம்பது தான்

ஆராயி • விஜி முருகநாதன்

ட்ரைன். நிறைய நேரம் இருக்கு. அதுவரை எவ்வளவு பேச முடியுமோ.. பேசு. முடிவு செய்.."

"ம்..பார்க்கலாம்" என்று ரம்யாவிடம் சொல்லி விட்டாலும் மனதிற்குள் பெரும் பாரம் சூழ்ந்தது. சொல்லித்தானே ஆக வேண்டும்.. ஆயாசமாக இருந்தது. கண்களை மூடிக் கொண்டாள்.

அப்படியே கண் அயர்ந்தவள் விழிக்கும் போது விடிந்திருந்தது. அப்போதே கசகசத்தது சென்னை வெயில். ரயில் சென்ட்ரல் ஸ்டேஷனை நெருங்கிக் கொண்டிருந்தது.

சந்தோஷ் வந்து கூட்டிப் போவதாகத்தான் சொல்லி இருந்தான்.

வேண்டாம் சந்தோஷ். உங்களையும் தானே ரம்யா கூப்பிட்டு இருக்கிறாள்...எதுக்கு அலைச்சல்..?!"

பிளாட்பார்மில் கால் வைத்ததுமே வேண்டாம் வேண்டாம் என்று சொல்லி இருந்தாலும் மனம் சந்தோஷைத்தான் தேடியது.

வந்து விட்டேன் என்று குறுஞ்செய்தி அனுப்பினாள். உடனே இதழ் போட்ட சிம்பல் வந்தது. புன்னகைத்துக் கொண்டாள்.

ரம்யா ஸ்டேஷனுக்கே காரை அனுப்பி இருந்தாள். அவ்வளவு பிஸியான நேரத்திலும் அவளைப் பற்றிய கவனம் நெஞ்சை நெகிழ வைத்தது.

அவள் வாழ்க்கையில் அப்பா, வித்யா, ரம்யா மூன்று பேரிடமும் எதையும் மறைத்ததில்லை.

சந்தோஷ் பற்றிய எல்லா விவரங்களையும் அப்பாவிடமும், வித்யாவிடமும் சொல்லி இருந்தாலும் கல்யாணம் பண்ணிக் கொள்வதாகச் சொல்லி இருந்ததைப் பற்றி மட்டும் சொல்ல வில்லை. எல்லாம் முடிவாகும் முன் ஏன் அவர்களையும் எதிர்பார்க்க வைக்க வேண்டும்..?!

ஆராயி ● விஜி முருகநாதன்

கார் உள்ளே நுழைந்தும் நுழையாமலும் ஓடி வந்த ரம்யா .."ஜானு.." என்று கட்டிக் கொண்டாள்..

ஜானுவுக்கு உடல் சிலிர்த்து கண்ணில் கண்ணீர் கரையிட்டது. சிறிது நேர உணர்ச்சிப் பெருக்குக் பின் நிமிர்ந்து ரம்யாவைப் பார்த்தவள் .. வியந்து போனாள்.. கல்யாணம் ஒரு பெண்ணை இவ்வளவு அழகாக மாற்றி விட முடியுமா..?!

முழங்கை வரை வைத்திருந்த அரக்குப்பற்றான மெஹந்தியும், அதை மறைத்து சத்தமிட்ட வளையல்களும், மொத்தமாக மஞ்சளில் தடித்துத் தொங்கிய தாலிக்கயிறும்,புதிதாக முகமெங்கும் பூத்திருந்த வெட்கச் சிவப்பும்..

"எவ்வளவு அழகாக இருக்க ரம்யா.."

"ஆமாம்.. முகூர்தத்திற்கு வாடின்னா.. நாலு நாள் கழிச்சி, ரிசப்ஷனுக்கு வந்துட்டு ஐஸ் வைக்கிறியா..?!"

"அதெல்லாம் இல்ல.. நிஜமாவே.." என்று முடிப்பதற்குள்.. "வெல்கம் சிஸ்டர்.. என் செல்லப் பொண்டாட்டியின் செல்லத் தோழிக்கு நல்வரவு.." என்று சிரித்தபடி வந்தான் ஷ்யாம்.. புது மாப்பிள்ளை.

அவனின் கலகலப்பான குரலும், சிரிப்பு வழிந்த முகமும் பார்த்தவுடன் சகோதர வாஞ்சையை மனதில் தோன்றச் செய்ய.. "வணக்கங்க பிரதர்.." என்றாள் ஜானுவும்..

அப்புறம் நேரம் பறக்க ஆரம்பித்ததில் அவளுக்கும், ரம்யாவுக்கும் பேசக் கிடைத்தது அரை மணி நேரமே.. அதிலும் ரம்யா வலியுறுத்திச் சொன்னது.. "இன்னைக்கு முடிவு பண்ணிடுடி ஜானு.." என்றவள் கண்ணில் நீருடன் நெற்றியில் முத்தமிட்டு சொன்னாள்.. "உன் நல்ல மனசுக்கு எல்லாம் நடக்கும்டி.."

ஆராயி • விஜி முருகநாதன்

ப்பா.. எவ்வளவு நகைகள்.. அழகான ஸ்டைலான நவீனமான ஆடைகள்.. அணிகலன்கள்.. ஒவ்வொருவரும் தேவலோகத்தில் இருந்து நேராக அல்லவா இறங்கி வந்தது போல் ஜொலிக்கிறார்கள்.. 'பிரமிப்பாக இருந்தது ஜானுவுக்கு.. ரிசப்ஷனுக்கு வந்தவர்களைப் பார்த்து..

அவளின் அலங்காரம் அதிகபட்சம் பத்து நிமிடம் தான்.. ஒரு துளி க்ரீம் பூசி புருவங்களுக்கு மத்தியில் சின்னதாக துளி சிகப்புப் பொட்டு.. மேலே விபூதிக் கீற்று.. தலையை ஒரே வாராக வாரி பின்னாமல் அப்படியே ரப்பர் பேண்ட் போட்டுக் கொள்ளுவாள். கழுத்தில் ஒரு மெல்லிய செயின், காதில் முத்துத் தோடு..இவ்வளவு தான்..

திடீரென தான் அந்த இடத்திற்கு சற்றும் பொருந்தாதவளாய் தோன்றியது. லேசாக போரடித்தது. இரவில் சரியாகத் தூங்காதது சற்றே கண்ணை அசத்தியது.

டிக்.. டிக் .. குறுஞ்செய்தியின் ஒலி வரவே பார்த்தாள். சந்தோஷ் தான்... "வந்துட்டேண்டா.." என்ற செய்தியைப் படித்து விட்டு தலை தூக்கவும் ஹாலின் முகப்பில் அவன் வரவும் சரியாக இருந்தது.

அணிந்திருந்த புளூ கலர் ஜீன்ஸூம், கறுப்பும் வெள்ளையும் கலந்த பூக்கள் சிதறிய சட்டையும் அவன் உயரத்திற்கும் நிறத்திற்கும் அப்படிப் பொருந்திப் போனது.

முகத்தின் ரிம்லெஸ் கண்ணாடி அவன் கம்பீரத்தை தனித்துக் காண்பிக்க பார்க்கப் பார்க்க தெவிட்டவில்லை ஜானுவுக்கு..

அவளைப் போலவே பல இளம்பெண்களின் கண்கள் அவன் மீது படிந்து மீள்வதைக் குறித்துக் கொண்டது இதயம்..

தேடிய அவன் பார்வையில் இவள் பட்டதும் முகம் மலர புன்னகையுடன் கையாட்டினான்.

வரவேற்கும் முகமாக எழுந்து பக்கத்தில் போனாள்..

ஆராயி • விஜி முருகநாதன்

"ஜானு.. கண்ணம்மா.." திக்கினான்..

வெறுமே தலையசைக்க முடிந்ததுதான் அவள் செய்ததும்..

பேச்சற்றுப் போனார்கள் இருவரும். மேடையில் ஏறி ரம்யாவிடம் பரிசுப் பொருளைக் கொடுத்து விட்டு விடைபெற்று வரும் வரை ஒரு சொல் கூடப் பேசவில்லை இருவரும்..

வெளியே வந்து சந்தோஷின் வண்டியில் ஏறி சிறிது நேரம் கழித்து மௌனத்தைக் கலைத்தது அவன்தான்..

"எங்க போகலாம்..?!"

சிரித்தாள்.. "நான் இங்க வர்றது இது இரண்டாவது தடவை சந்தோஷ்.. ஸோ .. யுவர் சாய்ஸ்.."

"ஓ.கே . கண்ணம்மா.. எனக்குப் பிடிச்ச எல்லா இடங்களும் உனக்கும் பிடிக்கும்ங்கிறதால கூட்டிட்டுப் போறேன். ஆனா ஒன்னே ஒன்னு. நீ இன்னும் நெருக்கமாக உட்காரணும்.. உன் மூச்சுக்காற்று என் கழுத்தில சுடணும்.."

தயக்கமாக இருந்தது. ஆனாலும் மனதின் ஒரு மூலை அந்த நெருக்கத்தை விரும்பியது.. விட முடியாமல் தவித்தது.. கடைசியில்

"ஏன்..கூடாது..?!" இந்த நாளின் முடிவு எப்படி வேண்டுமானாலும் இருக்கட்டும். இந்தக் குரலை கொஞ்சலை.. அனுபவித்து.. அனுபவித்து மனம் முழுவதும் நிரப்பிக் கொண்டு பிறகு சொல்லிக் கொள்ளலாம்.

முடிவு செய்தவள் .. அவன் சொன்ன மாதிரி நெருங்கி உட்கார்ந்தாள். அதன் பிறகு போன பெசண்ட் நகர் பீச்சோ, அஷ்ட லட்சுமி கோவிலோ, வள்ளுவர் கோட்டமோ எதுவும் மனதில் பதியவில்லை.

ஆராயி • விஜி முருகநாதன்

அவளுக்குத் தெரிந்ததெல்லாம் கண்ணில் கனிவுடன் "கண்ணம்மா.. கண்ணம்மா.." என்றழைத்து அவன் கொஞ்சிய கொஞ்சல்கள்தான்..

அது மட்டுமா..?! வண்டியில் சென்ற நேரங்கள் தவிர்த்து சாப்பிடும் போதும், நடக்கும் போதும், அவன் கை அவள் கையை இறுகக் கோத்திருந்தது.

லேசாக வலித்த போது விடுவிக்க அவள் தளர்த்தினாலும் .."ப்ளீஸ் ..மா..இன்னும் கொஞ்ச நேரந்தானேடா.. ப்ளீஸ்.."

அவனின் கெஞ்சல் மனதை அசைக்க அதற்குப் பின் அவளும் கைகளை விடுவித்தாளில்லை. முன்னை விட இறுக்கமாக கோத்துக் கொண்டாள்.

அவர்கள் இருவருக்கும் இன்னும் இன்னும் கொஞ்சம் என்று இருந்த போதும் நேரம் நகராமல் இருக்குமா..?!

ரயில் கிளம்பும் ஒரு மணி நேரம் முன்பாகவே ஸ்டேஷனை அடைந்து விட்டார்கள்.

அங்கேயும் கோத்த கையை விடாமலேயே தனித்த இடத்தில் உட்கார்ந்தார்கள்.

"கண்ணம்மா.. இப்படியே உன்ன தாலி கட்டி என் வீட்டுக்குக் கூட்டிக்கிட்டு போய்டமாட்டேனான்னு இருக்கு"

ஜானு அந்தக் குரலில் வழிந்த உற்சாகத்தில் தவித்துப் போனாள். ஆனால் சொல்ல வேண்டும்.. சொல்லியே ஆக வேண்டும்.

"சந்..சந்தோஷ்.." குரல் வெளி வந்த போது கலங்கி வந்தது.. பேச முடியாமல் தொண்டை அடைத்தது.

அப்போதுதான் அவளின் முகத்தைப் பார்த்தவன் பதறிப் போனான்.

ஆராயி • விஜி முருகநாதன்

"ஜானு.. என்னடா.. என்ன கண்ணம்மா.."

இரண்டு வருடங்களுக்கு முன்பொரு நாள் .. ..

"வித்யா.. இங்கே பாரேன் . பிரெஸ்ட்டோட அடிப்பாகத்துல கல்லாட்டம் இருக்குடி.. அழுத்திப் பாரேன்.."

"டிராயிங் டேபிள் ல எங்காச்சும் இடிச்சுருப்பக்கா.." என்றவள் தொட்டுப் பார்த்து .."ஆமாக்கா.. நல்லா கல்லாட்டம் இருக்குது.. ஜெண்டு பாம் போடு.."

ஒரு மாதம் கழிந்த பின் "வித்யா அந்தக் கட்டி கரையவே இல்லைடி. பெரிசா வேற இருக்கு.. எதுக்கும் சாயந்திரம் நர்ஸ் கனகாகிட்ட காண்பிக்கணும். நாலு மணிக்குத்தான் டியூட்டி முடிஞ்சு வருவா.."

"எவ்வளவு நாளா இருக்கு ஜானு..?!"

"தெரியலக்கா.. ஒரு மாசத்திற்கு முன்னாடிதான் பார்த்தேன்.."

"சரி..எதுக்கும் நாளைக்கு கிளினிக் வா.. டாக்டரம்மா கிட்ட காண்பிச்சிரலாம்.."

"அக்கா .. ஒண்ணும் பயமில்லையே.."

",ச்சே..ச்சே..எதுக்கு பயம்.. எதையும் டெஸ்ட் பண்ணிட்டா அப்புறம் ஒண்ணுமில்லைன்னு தூக்கி போட்டுட்டு நிம்மதியா இருக்கலாம்.."

ஆனால் அடுத்த நாள் டாக்டர் பார்த்தவுடனேயே பயாப்ஸி டெஸ்ட்டுக்கு எழுதிக் கொடுத்து விட்டார்கள்.

ரிசல்ட் வந்தது.. முடிவு அந்த சிறிய குடும்பத்தின் தலையில் இடியாய் இறங்கியது.

ஆராயி ● விஜி முருகநாதன்

" கட்டி.. கேன்சர் வகைய சேர்ந்ததுன்னு ரிசல்ட் சொல்லுதுங்க. கட்டிய மட்டும் ரிமூவ் பண்ண முடியாது. கொஞ்சம் பெருசா இருக்கறதால.. ஒரு மார்பகத்தையும் சேர்த்து எடுத்தாகனும்"

"ஐயோ.. என்ன சொல்கிறீங்க டாக்டர்.. அவ இளங்குருத்து. இனிமே தான் எல்லாமே.."

"டோண்ட் வொர்ரி.. விஸ்வநாதன்..

ஆபரேஷன் முடிஞ்சி ஆறு கீமோ (தெரபி)கொடுத்தா போதும். இருக்கிறதுலயே உயிரைக் கொல்லாம போகும் கேன்சர் பிரெஸ்ட்(மார்பக) கேன்சர் தான்..

ஜானு எல்லாப் பெண்களையும் போல கல்யாணம் பண்ணிக்கலாம். குழந்தை பெற்று தாய்ப்பால் கொடுக்கலாம். அதனால கலங்காதீங்க.."

"என்ன செய்யறது.. முதல்ல எல்லாம் நாற்பது வயசுக்கு மேல இருக்கற பெண்களைத்தான் தாக்கிட்டு இருந்துச்சு. இப்ப முப்பது வயசுக்குள்ளாரவே வருது.. இதனால் தான் வருதுன்னு சொல்றதுக்கில்லாம எல்லோருக்கும் வருது. கட்டி சிறிசா இருக்கறப்பவே வந்திருந்தா மார்பகத்தை எடுக்க வேண்டி வந்திருக்காது..

சரி.. அதுக்கும் இப்ப ரெமிடி இருக்கு. மார்பகம் போலவே சிலிக்கான்ல செயற்கையா செஞ்சி விக்கறாங்க.. அப்படிப் பொருத்திகறதுதான் மார்பகங்கள் சரியான எடையோட இருக்க உதவி செய்யும்.."

கண்கள் கலங்க நீளமாகச் சொல்லி விட்டு அவன் முகத்தைப் பார்த்தாள் ஜானு.

அனிச்சை செயலாக சட்டென்று சந்தோஷின் கண்கள் அவள் மார்புப் பகுதியைத் தொட்டு மீண்டன.

ஆராயி • விஜி முருகநாதன்

"அப்புறம் வந்த நாட்கள் எல்லாம் நரகத்தின் ஒரு பகுதிதான் சந்தோஷ். கீமோதெரபியால , தொடை தொடும் அத்தனை முடியும் விழுந்து, நிறம் கறுத்து .. எப்படியோ எல்லாமோ முடிஞ்சி, இப்பதான் இயல்பான வாழ்க்கைக்கு வந்துருக்கேன்.

இனி வாழ்க்கையில கல்யாணம்ல்லாம் ஒன்னுமே இல்லன்னு இருந்தேன்.. ஆனா உங்க அன்பு அடியோட அதை மாத்திடுச்சி. ஒவ்வொரு தடவையும் இதைச் சொல்லிடலாம்ன்னு நெனைக்கும் போதெல்லாம், தெரிஞ்சா எங்க உங்கள் அன்பு அனுதாபமா மாறிடுமோன்னு தவிர்த்திடுவேன். இனிமே இத ஏத்துக்குறதும், ஏத்துக்காததும் உங்கள் விருப்பம்.." என்றபடி அவன் முகத்தைப் பார்த்தவளுக்கு அப்போது தான் ஒன்று உறுத்தியது

அதுவரை கோத்திருந்த கை இப்போது பிரிந்திருந்தது.

குனிந்திருந்த அவன் முகத்தில் என்ன இருந்தது என்று தெரியவில்லை.

அவன் முகத்தையே பார்த்தவளுக்கு பாவமாகக் கூட இருந்தது. எவ்வளவு அதிர்ச்சியான விஷயம் இது..சரி. ஜீரணிக்கட்டும்.. முடிவு காலத்தின் கையில்..

சென்னை எம்.ஜி..ஆர்.ரயில் நிலையத்தில் இருந்து மேட்டுப்பாளையம் வரை செல்லும் சேரன் எக்ஸ்பிரஸ் தடம் ஒன்றில்.. அறிவிப்பு மூன்று மொழிகளிலும் மாறி மாறி ஒலிக்கவே தலை நிமிர்ந்தவனின்..

முகம் பிரகாசமாக இருந்தது.. வழக்கமான .."பளீச்.." என்ற புன்னகையுடன்..

அவள் முகத்தைப் பார்த்தான்.. கரகரக்கும் குரலில் பேசத் தொடங்கினான்..

"ஏன்.. கண்ணம்மா.. என்னை அவ்வளவு கேவலவா நெனச்சிட்ட.. நல்ல தாம்பத்தியத்திற்கு உடல் சுகமும்

தேவைதான்.. ஆனா என்னைப் பொறுத்தவரைக்கும், எனக்கு மனசுதான் முதல்ல..

ஆண்கள் மட்டும் இல்ல.. பெண்களும் மார்பகங்கள் அழகின் குறியீடு ங்கிறதுலருந்து வெளியே வந்து, அது உயிரின் பசி தீர்க்கும் அமுதசுரபி ன்னு உணரனும் ங்கிறதுதான் என் கருத்து.

வாழ்ந்து காட்டுவோம்.. கண்ணம்மா.. இந்த நோய்க்கான தாழ்வுணர்ச்சியிலிருந்து வெளியே வா..தைரியமாக "நான் கேன்சர் நோயை எதிர்த்து வெற்றி கொண்டவள்"ன்னு இந்த உலகத்துக்கு சொல்லு. உன்னோட வழிகாட்டுதல்ல இன்னும் பல பெண்கள் தன்னம்பிக்கையாவாங்க. இந்த வெற்றியில எனக்கும் பங்கு குடு.

நிச்சயம் .. நிச்சயம் நாம ரெண்டுபேரும் இந்த உலகத்துல அற்புதமான தம்பதியரா வாழ்ந்து காட்டுவோம். என் அம்மா கூட ஒரு சமூக சேவகிதான். அவங்களும் இத வரவேற்கத்தான் செய்வாங்க.."

நீளமாகப் பேசியவன் மீண்டும் கையைக் கோத்துக் கொண்டு.."வா.. போகலாம்.." என்றான்.

பேசிய அவனையே பார்த்துக் கொண்டிருந்தாள்.. கண்ணில் கண்ணீர் வழிந்தது.. மனம் முழுவதும் பிரமிப்பில் .."ஹா..ஹா.." என்றது..
இப்படிக் கூட ஒரு மனது இருக்க முடியுமா..?! என்ன அழகாகக் பேசுகிறான்..?!

"ச்சே.. என்ன கண்ணம்மா இது.. கண்ணைத் துடை.." என்றவன்

சீட் நம்பர் தேடி உட்கார வைத்தான். எதுவும் பேச வில்லை.. அவன் கை மட்டும் பிரிந்து அவள் தோளை அணைப்பாக சுற்றி தட்டிக் கொடுத்தது..

ஆராயி • விஜி முருகநாதன்

மௌனமே நிறைவாக அங்கே ஆட்சி செய்தது..

ரயில் புறப்படத் தயாராகும் நீளமான ஹார்ன் ஒலி கேட்டது..

"ஓ.கே. ஜானு.. பத்திரம் .. டேக் கேர்.. இறங்கினவுடனயே மெசேஜ் பண்ணு.. பை .. கண்ணம்மா.."

விடைபெற்று இறங்கி கையாட்டியபடியே சென்று கொண்டிருந்த அவனையே.. ரயிலின் ஜன்னலில் தலை சாய்த்து புள்ளியாகும் வரை பார்த்துக் கொண்டிருந்தாள் அவள்..

நெஞ்சம் முழுவதும் சந்தோஷமாக.. மனம் முழுவதும் நிம்மதி நிரம்பி வழிந்தது.. சில்லென்று குளிர் காற்று மேனியைத் தழுவியது..

காமம் தேடும் உலகில் காதல் தேடிய அவள் சந்தோஷின்..

.."கண்ணம்மா .." என்ற குரல் ஜானுவின் காதில் கிசுகிசுக்க..

ரயில் மெல்ல நகரத் தொடங்கியது..

(தினமணி சிவசங்கரி சிறுகதைப் போட்டியில் சிறப்புப் பரிசு பெற்ற கதை)

படைப்பு பதிப்பகம் வெளியீடுகள்

2022
1. பூக்காரியின் மந்திரக்கோல் - பூங்கோதை கனகராஜன்
2. முலையென்னும் தூரிகை - எஸ்தர் ராணி
3. ஈழத்து மண்ணும் எங்கள் முகங்களும் - வ.ஐ.ச.ஜெயபாலன்
4. குடைக்குள் கங்கா - மீ. மணிகண்டன்
5. நிறமற்ற ஓவியங்கள் - ராஜகம்பீரன்
6. தோற்ற மயக்கம் - சீனிவாசன் நடராஜன்
7. உன் பொய்களில் உண்மையாகிறேன் - தி.கலையரசி
8. ஆராயி - விஜி முருகநாதன்

2021
1. கனவுப்பிரதிமை - விஜி வெங்கட்
2. பேச்சியம்மாளின் சோளக்காட்டு பொம்மை - கா.சோ.திருமாவளவன்
3. இசைக்கும் வயலினுக்கு குருதியின் நிறம் - வலங்கைமான் நூர்தீன்
4. நிழலின் வெளிச்சம் - கடையநல்லூர் பென்ஸி
5. WATER AND VIRTUAL WATER - G.Leela
6. சிவனாண்டி - ப.தனஞ்ஜெயன்
7. சாம்பல் மேட்டில் அமரும் வண்ணத்துப்பூச்சி - ஆரூர் தமிழ்நாடன்
8. செம்மண் - சிபி சரவணன்
9. ஊதா நிறக் கொண்டை ஊசி கதைகள் - கவிஜி
10. கானங்களின் மென்சிறை - ந.சிவநேசன்
11. பெருந்துணைத் தேறல் - கருவை ந.ஸ்டாலின்
12. ஒளி பூத்த குடில் - தஞ்சை விஜய்
13. பியானோவின் நறும்புகை - நிலாகண்ணன்
14. பிணக்காட்டு மரங்கள் - கோபிநாதன் பச்சையப்பன்
15. கண்மணி ராஜாமுகமது கவிதைகள் - கண்மணி ராஜாமுகமது
16. குருவிக்காக ஆடும் இலைகள் - கோபிநாதன் பச்சையப்பன்
17. நட்சத்திர பிச்சைக்காரன் - ஜெ.பிரான்சிஸ் கிருபா
18. ரகசியங்களின் புகைப்படம் - மா.காளிதாஸ்
19. காகிதத்தின் மூன்றாம் பக்கம் - மதுசூதன்
20. பாஷோ என் பக்கத்து வீட்டுக்காரர் - பிருந்தா சாரதி

ஆராயி • விஜி முருகநாதன்

	படைப்பு பதிப்பகம் வெளியீடுகள்
2021	21. விண்ணைச் சூடியாடும் இரு நீல வளையங்கள் - கார்த்திக் திலகன் 22. நீர்த் திமில்களில் மினுங்கும் வலி - யூமா வாசுகி 23. விழியல்ல விபத்துப்பகுதி - கோபிநாதன் பச்சையப்பன் 24. இயற்கையின் தீர்க்கதரிசிகள் - வில்லியம்ஸ் 25. அப்பத்தாவும் ஆண்ட்ராய்டு போனும் - அ.முத்துவிஜயன் 26. கருவறை சுவர்கள் - ப.தனஞ்செயன் 27. கடவுளின் பிரார்த்தனை - ப.தனஞ்செயன் 28. நிசப்தம் விழுங்கும் காடுகள் - ப.தனஞ்செயன் 29. அம்மாவின் அடுக்களைப் பல்லி - சத்யா மருதாணி 30. புதிய மாமிசம் - சந்துரு.ஆர்.சி 31. வரையாட்டின் குளம்படிகள் - கோ.லீலா 32. படித்துறை பித்தன் - துளசி வேந்தன் 33. நினைவும் புனைவும் - யாழினி ஆறுமுகம் 34. உயிர் நன்று சாதல் இனிது - கரிகாலன் 35. அகத்தொற்று - கரிகாலன் 36. திரையும் வாழ்வும் - கரிகாலன் 37. தெய்வத்தின்ட திர - கரிகாலன்
2020	1. இடரினும் தளரினும் - விக்ரமாதித்யன் 2. கன்னத்துப்பூச்சி - மணி சண்முகம் 3. நிறமி - ஆண்டன் பெனி 4. யமுனா என்றொரு வனம் - ஆண்டன் பெனி 5. காலநதி - ஆரூர் தமிழ்நாடன் 6. என்மனார் புலவர் - கரிகாலன் 7. தேநீரைக் கைதொழுதல் - மணி சண்முகம் 8. பெருஞ்சொல்லின் குடல் - மா.காளிதாஸ் 9. கவிதை அனுபவம் - இந்திரன் | வ.ஐ.ச.ஜெயபாலன் 10. புத்தனின் கடைசி முத்தம் - லக்ஷ்மி 11. நீந்தத் தெரியாத அய்யனார் குதிரை - வீ கதிரவன் 12. நோம் என் நெஞ்சே - கரிகாலன் 13. உதிர் நிழல் - கி.கவியரசன் 14. தனிமை நாட்கள் - பிரபுசங்கர் க 15. சிப்ஸ் உதிர் காலம் - கவிஜி

ஆராயி • விஜி முருகநாதன்

படைப்பு பதிப்பகம் வெளியீடுகள்

2020

16. மணிப்பயல் கவிதைகள் - மணி அமரன்
17. கார்முகி - கோபி சேகுவேரா
18. சைகைக் கூத்தன் - முகமது பாட்சா
19. பொய்மசியின் மிச்சம் - மதுசூதன்
20. ஆ காட்டு - மு.முபாரக்
21. முழு இரவின் கடைசித் துளி - ப.தனஞ்ஜெயன்
22. புத்தன் மீன் வளர்க்க ஆசைப்படுகிறான் - வழிப்போக்கன்
23. யாயும் ஞாயும் - ஜே.ஜே.அனிட்டா
24. THE LIBERATION SONG OF A WOMENS BODY - Dr.NaliniDevi
25. கெணத்து வெயிலு - காதலாரா
26. காலாதீதத்தின் சுழல் - ரத்னா வெங்கட்
27. பெண் பறவைகளின் மரம் - மதுரா (தேன்மொழி ராஜகோபால்)
28. நட்ட கல்லும் பேசுமோ - பிரேமபிரபா
29. நீ துளையிட்ட எனது புல்லாங்குழல் - ஜின்னா அஸ்மி
30. நான் உன்னுடைய துறவி - தி.கலையரசி
31. பழுத்த இலையின் அடுத்த நொடி - குமார் சேகரன்
32. நீளிடைக் கங்குல் - ராஜி வாஞ்சி
33. மைனாவை பேசச்சொல்லிக் கேட்பவர்கள் - ஜின்னா அஸ்மி
    (படைப்பு மின்னிதழ்களில் வந்த கவிதைகளின் தொகுப்பு)
34. 64 கட்டங்களில் தனித்திருக்கும் ராணி - ஷெண்பா
35. பச்சையம் என்பது பச்சை ரத்தம் - பிருந்தா சாரதி
36. ஏவாளின் பற்கள் - காயத்ரி ராஜசேகர்
37. உன் கிளையில் என் கூடு - கனகா பாலன்
38. கீரக்காரம்மா - முத்து விஜயன்
39. அக்கை - அழ ரஜினிகாந்தன்
40. அம்மே - சலீம் கான் (சகா)
41. ஹைக்கூ தூண்டிலில் ஜென் - கோ.லீலா
42. வாவ் சிக்னல் - ராம்பிரசாத்
43. புரவிக் காதலன் - 14 எழுத்தாளர்கள்
44. குடையற்றவனின் மழை - கா.அமீர்ஜான்
45. நெடுநல் இரவு - மௌனன் யாத்ரிகா

ஆராயி • விஜி முருகநாதன்

படைப்பு பதிப்பகம் வெளியீடுகள்

2019

1. நம் காலத்துக் கவிதை – விக்ரமாதித்யன்
2. ஆரிகாமி வனம் – முகமது பாட்சா
3. எறும்பு முட்டுது யானை சாயுது – கவிஜி
4. சொல் எனும் வெண்புறா – மதுரா (தேன்மொழி ராஜகோபால்)
5. யாவுமே உன் சாயல் – காயத்ரி ராஜசேகர்
6. நீர்ப்பறவையின் எதிரலைகள் – குமரேசன் கிருஷ்ணன்
7. பொலம்படை கலிமா – ஜோசப் ஜூலியஸ்
8. நீ பிடித்த திமிர் – அகதா
9. இசைதலின் திறவு – ஜானு இந்து
10. மறை நீர் – கோ. லீலா
11. தேநீர் கடைக்காரரின் திரவ ஓவியம் – பிரபு சங்கர். க
12. எரியும் மூங்கில் இசைக்கும் நெருப்பு – நடன. சந்திரமோகன்
13. வேர்த்திரள் – சலீம் கான் (சகா)
    (பரிசுப்போட்டிக்கு வந்த கவிதைகளின் தொகுப்பு)
14. வான்காவின் சுவர் – ஜின்னா அஸ்மி
    (படைப்பு மின்னிதழ்களில் வந்த கவிதைகளின் தொகுப்பு)
15. இருளும் ஒளியும் – பிருந்தா சாரதி

2018

1. நீர் வீதி – ஜின்னா அஸ்மி
   (படைப்பு மின்னிதழ்களில் வந்த கவிதைகளின் தொகுப்பு)
2. பாதங்களால் நிறையும் வீடு – ஜின்னா அஸ்மி
   (பரிசுப்போட்டிக்கு வந்த கவிதைகளின் தொகுப்பு)
3. உயிர்த்திசை – சலீம் கான் (சகா)
   (பரிசுப்போட்டிக்கு வந்த கவிதைகளின் தொகுப்பு)
4. வெட்கச் சலனம் – அகராதி
5. சிண்ட்ரெல்லாவின் தூரிகை – குறிஞ்சி நாடன்
6. அசோகவனம் செல்லும் கடைசி ரயில் – அகதா
7. என் தெருவில் வெஸ்ட் மினிஸ்டர் பாலம் – கோ. ஸ்ரீதரன்
8. அஞ்சல மவன் – கட்டாரி
9. கடவுள் மறந்த கடவுச்சொல் – ஜின்னா அஸ்மி
10. கை நழுவும் கண்ணாடிக் குடுவை – கவி விஜய்

2017

1. மௌனம் திறக்கும் கதவு – ஜின்னா அஸ்மி
   (படைப்பு மின்னிதழ்களில் வந்த கவிதைகளின் தொகுப்பு)
2. நதிக்கரை ஞாபகங்கள் – ஜின்னா அஸ்மி
   (பரிசுப்போட்டிக்கு வந்த கவிதைகளின் தொகுப்பு)
3. உடையாத நீர்க்குமிழி – ஜின்னா அஸ்மி
   (பரிசுப்போட்டிக்கு வந்த கவிதைகளின் தொகுப்பு)
4. இந்தப் பூமிக்கு வானம் வேறு – ஆண்டன் பெனி
5. நிலவு சிதறாத வெளி – காடன் (சுஜய் ரகு)
6. இலைக்கு உதிரும் நிலம் – முருகன். சுந்தரபாண்டியன்
7. நிசப்தங்களின் நாட்குறிப்பு – குமரேசன் கிருஷ்ணன்
8. நினைவிலிருந்து எரியும் மெழுகு – ஆனந்தி ராமகிருஷ்ணன்

ஆராயி • விஜி முருகநாதன்